இலவச மென்பொருள்கள் வகைகள் மற்றும் நிறுவுதல்

ராம்பிரகாஷ்.சி

XpressPublishing
An imprint of Notion Press

XpressPublishing
An imprint of Notion Press

Old No. 38, New No. 6
McNichols Road, Chetpet
Chennai - 600 031

First Published by Notion Press 2019
Copyright © Ramprakash S 2019
All Rights Reserved.

ISBN 978-1-64805-042-8

என் தாய்   சந்திரா

தந்தை சிங்காரவேல்

எனது சகோதரர்   சரவண பிரகாஷ் அவர்கட்கும்

மற்றும்

எனதுயிர் தோழர்களுக்கும்

பொருளடக்கம்

அணிந்துரை

"இலவச மென்பொருள்கள் வகைகள் மற்றும் நிறுவுதல்" புத்தகம் இலவச மென்பொருள்களின் வகைகளை எளிதில் புரிந்து கொள்ளவும், வன்பொருள், மென்பொருள், தொழில் நுட்பம் பற்றி அறிமுக நிலையில் தெரிந்துகொள்ளவும், தமிழ் மொழியை எவ்வாறு கணினிப்படுத்தலாம் என்பனவற்றையும் தெளிவாக எடுத்துரைத்துள்ளது இணையத்தின் அடிப்படைகளை அறிந்து கொள்ளவும் இந்தப் புத்தகம் எழுதப்பட்டுள்ளது. தற்கால கணினி தொழில் நுட்பத்தில் பயன்படும் புதுவகை தொழில்நுட்பங்களான மெஷின் லேர்னிங் .பிளாக்செயின் , அப்பாச்சி போன்றவை கற்க வேண்-டிய தொழில்நுட்பங்கள். எளிய முறையில் அமைக்கப்பட்டுள்ள இப்புத்தகம் அனைவருக்கும் பயன்படும் பெட்டகமாக இருக்கும்.

-   பாஸ்கர்.ச

நிறுவனர் , Linuxpert Systems

சென்னை

முன்னுரை

மென்பொருள்கள் தற்காலப் பயன்பாடுகளுக்கு மிக இன்றியமையாத கருவியாக உள்ளன. வணிக மென்பொருளுக்கு மாற்றாக பல இலவச மென்பொருள்களும் இணையத்தில் கிடைக்கின்றன. Github,Cloud, SDN போன்ற நிரல் எழுதும் இணையதளங்கள் மூலம் எண்ணற்ற பயன்களை நாம் உருவாக்கலாம்.இப்புத்தகத்தில் எளிய முறையில் மென்-பொருள்களை நிறுவுதல் மற்றும் பயன்படுத்துதல் பற்றி விவரித்துள்ளேன்.

-ராம்பிரகாஷ்.சி

நன்றி

தமிழ் கம்ப்யூட்டர்

இயக்குனர் , பொறியியல் தமிழ் வளர்ச்சி மையம் ,அண்ணா பல்கலைக்கழகம் , சென்னை

புலமுதல்வர் மற்றும் பேராசிரியர்கள் ,அண்ணா பல்கலைக்கழகம் , திருக்குவளை வளாகம்

கணினி அறிவியல் துறை சகாக்கள் , அண்ணா பல்கலைக்கழகம் , திருக்குவளை வளாகம்

மென்தேடல் உதவி புரிந்த கூகிள் (google)

மற்றும்

என்னை எழுத வைத்த தமிழுக்கு

முகவுரை

இங்கு கொடுக்கப்பட்டுள்ள மென்பொருள்கள் அனைத்தும் எவ்வித கட்டணமின்றி இலவசமாக தரவிறக்கி பயன்படுத்-
தலாம். இலவச மென்பொருள் தொழில் நுட்பம் இன்றைய மென்பொருள் துறையை ஆட்சி செய்துகொண்டிருக்கிறது.
அரசு மற்றும் தனியார் நிறுவனங்களில் இலவச மென்பொருள்களை பயன்படுத்தி பலவகை பயன்களை உருவாக்கிவ-
ருகின்றனர்.அத்தகைய மென்பொருள்களை பற்றி இங்கு விரிவாகக் காண்போம்.

1

பைத்தான் மொழியைப் பயன்படுத்தி தரவு காட்சிப்படுத்தல்

இன்றைய காலத்தில் கணினி தொழில்நுட்பம் எட்ட முடியாத வளர்ச்சியை கண்டிருக்கிறது . அதற்கு பல உதாரணங்கள் சொல்லலாம். இயந்திரக் கற்றல்(machine learning) மூலம் மனித இயந்திரங்களை (Human robot) உருவாக்கி அதை மானுட உலகத்திற்குப் பயன்படுத்தி வெற்றிகண்டுள்ளோம்.இவற்றை உருவாக்க கணினி மொழி (Computer langauage) அவசியமாகிறது . தற்காலகட்டத்தில் பைத்தான் (Python) மொழியை பயன்படுத்தி பல்வேறுவகையான பயன்கள் உருவாக்கப்படுகின்றன. அவற்றுள் இயந்திரக் கற்றல் , தரவு காட்சிப்படுத்துதல் (Data visualization), படிமச் செயலாக்கம் (image processing) போன்றவை முக்கியமானவை .இக்கட்டுரையில் பைத்தான் மொழியைப் பயன்படுத்தி தரவு காட்சிப்படுத்துதல் (Data Visualization) பற்றி விரிவாகக் காண்போம்.

பைத்தான் (Python)

பைத்தான் மொழி 1989 ஆம் ஆண்டு கைடோ வான் ரோஸமும் (Guido van Rossum) என்பவரால் உருவாக்கப்பட்டது.பைத்தான் மொழியை இலவசமாக www. python. org என்ற இணையதளம் மூலமாக இலவசமாக தரவு இறக்கம் (Download) செய்துகொள்ளலாம் .

பைத்தான் 3.6பதிப்பு (python 3.6 version)

பைதான் 3.6 பதிப்பாக அனகோண்டா பைத்தான் செயல்படுகிறது. அதை www.anaconda.com என்ற இணையத்திலிருந்து தரவு இறக்கம் செய்து கொள்ளலாம்.இதை பயன்படுத்தித்தான் தரவு காட்சிப்படுத்துதல் (Data Visualization) உருவாக்கப்படுகிறது. மிக முக்கியமனதாக தரவு காட்சிப்படுத்துதல் பைத்தான் பதிப்பு 3 க்கு (Python version 3) மேற்பட்டதுக்கு மட்டுமே உபயோகக்கிலாம்.பின்வரும் வழிமுறைகளை பின்பற்றி பைத்தான் தரைவை காட்சிப்படுத்தலாம் .

தரவு காட்சிப்படுத்துதலை உருவாக்கப் பின்வரும் பைத்தான் பைல்களை நிறுவ வேண்டும் (installation steps)

1 .PIP பைல் உருவாக்கம்

பைத்தான் தொகுப்புகளை நிறுவ பிப் தொகுப்புகள் python packages (PIP) பயன்படுகின்றன.அவற்றை பின்வரும் கட்டளை (commands) மூலம் உருவாக்கலாம்

```
>>>    cd anaconda3
> > >  python -m pip install --upgrade pip
```

C:\Users\Administrator\Anaconda3>python -m pip instll --upgrade pip
ERROR: unknown command "instll" - maybe you meant "install"
C:\Users\Administrator\Anaconda3>python -m pip install --upgrade pip
Collecting pip
Using cached https://files.pythonhosted.org/packages/c2/d7/90f34cb0d83a6c5631cf71dfe64cc1054598c843a92b400e55675cc2ac37/pip-18.1-py2.py3-none-any.whl
Installing collected packages: pip
Found existing installation: pip 10.0.1
Uninstalling pip-10.0.1:
Successfully uninstalled pip-10.0.1
Successfully installed pip-18.1
C:\Users\Administrator\Anaconda3>

• 1 •

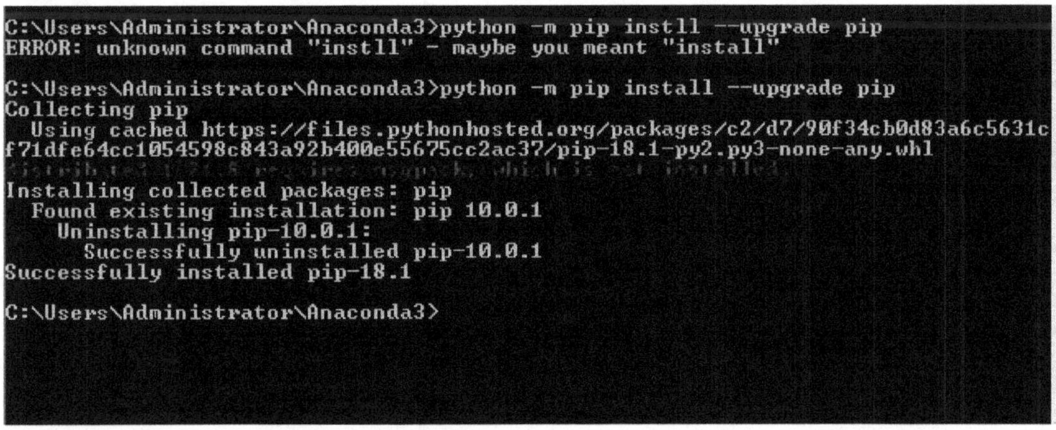

படம் 1: பிப் உருவாக்கம் (PIP Install)

2. Matplotlib பைல் உருவாக்கம்

Matplotlib என்பது பைத்தான் மொழியின் 2D நூலக தொகுப்பு. இது பல தரவரிசை படங்களை (2D ,3D) கொடுக்கின்றது .பின்வரும் கட்டளை மூலம் matplotlib யை நிறுவலாம் .

>>> python -m pip install -U matplotlib

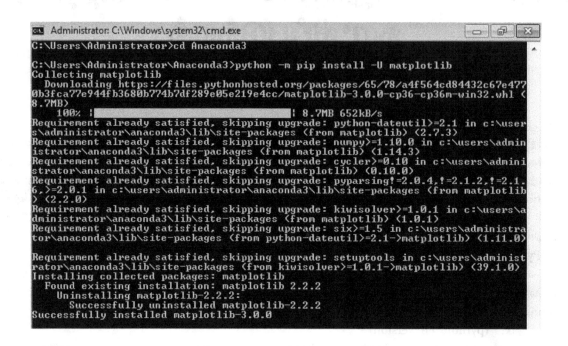

படம் 2 : மட்ப்ளட்லிப் உருவாக்கம் (Matplotlib Install)

3. நம்பை (Numpy) உருவாக்கம்

பைத்தான் விஞ்ஞான கம்ப்யூட்டர்களுக்கான அடிப்படை தொகுப்பு Numpy (Numerical python) தொகுப்பு ஆகும். இது கணித பயன்பாட்டை உருவாக்குகிறது. இதனை பின்வரும் கட்டளை மூலம் நிறுவலாம்

>>> python -m pip install -U numpy

4.பாண்டாஸ் (pandas) உருவாக்கம்

பைத்தான் தரவு கட்டமைப்பை (data structure) உருவாக்க python data analysis (pandas) பயன்படுகிறது .இதனை பின்வரும் கட்டளை மூலம் நிறுவலாம்.

>>> python -m pip install -U pandas

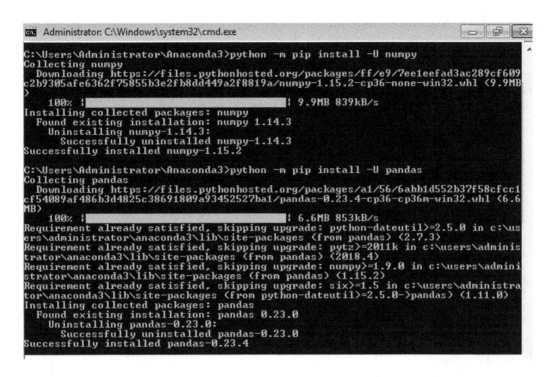

படம் 3 : நம்பை மற்றும் பாண்டாஸ் உருவாக்கம் (numpy and pandas)

5. தரவு காட்சிப்படுத்துதல் (Data Visualization)

தரவு காட்சியமைப்புகளை உருவாக்குவதன் மூலம் தரவுகளை (data) எளிதாக புரிந்து கொள்ளலாம் , குறிப்பாக பெரிய, அதிக பரிமாண (dimension) தரவுகளை உருவாக்க பைத்தான் பயன்படுகிறது . உங்கள் திட்டத்தின் முடிவில், உங்கள் இறுதி முடிவுகளை தெளிவாக, சுருக்கமாகவும், பல வடிவங்களாக இதன் மூலம் பெறலாம்.

உதாரணம் 1 :

கீழ்காணும் நிரல்களை (program) யை பயன்படுத்தி காட்சிப்படுத்தலாம் .

c :> cd   anaconda3>python

```
>>>   import matplotlib.pyplot as plt
>>>   plt.plot([1,5,7,6])
>>>   plt.show()
```

மேலே கொடுக்கப்பட்ட நிரலில் matplotlib என்ற நூலகத்தில் plt என்ற மாறிலியை (variable) யைக் கொண்டு பிளாட் (plot) என்ற function மூலம் வெளியீடு (output) கிடைக்கின்றது .

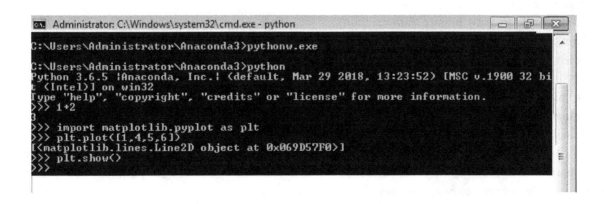

படம் 4 : matplotlib நிரல் (matplotlib program)

வெளியீடு (output)

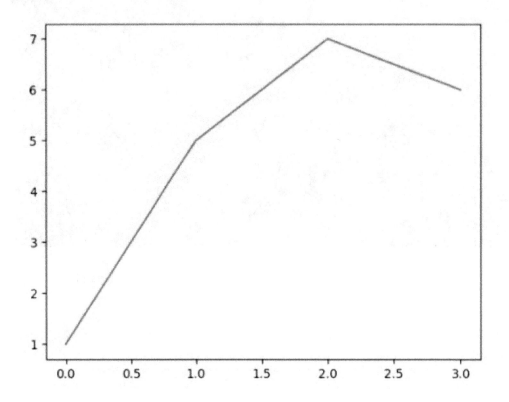

உதாரணம் 2 : படங்களை உருவாக்க (image processing)

இமேஜ் ஷோ imshow (image show) என்ற function மூலம் matplotlib ,numpy பைல்களை கொண்டு படங்களை தரவிறக்கலாம்

```
>>> import numpy as np
>>> import matplotlib.cm as cm
>>> import matplotlib.pyplot as plt
>>> import matplotlib.cbook as cbook
>>> from matplotlib.path import Path
>>> from matplotlib.patches import PathPatch
>>>  with cbook.get_sample_data('ada.png') as image_file:
            image = plt.imread(image_file)
>>> fig, ax = plt.subplots()
>>> ax.imshow(image)
>>> ax.axis('off')
```

மேலே உள்ள நிரலில் sample தரவில் படங்கள் பதிவேற்றம் செய்யப்பட்டு அடுத்த வரிசையில் இமேஜ் ரீட் image read (imread) மூலம் காண்பிக்கப்படுகிறது .ஆக்ஸிஸ் (axis) function மூலம் x -அச்சு மற்றும் y-அச்சு காண்பிக்கப்படுகிறது . off function மூலம் axis அச்சுகள் மறைக்கப்படுகின்றன.

உதாரணம் 3 :   முப்பரிமாண படங்களை உருவாக்க (3D -images)

```
from mpl_toolkits.mplot3d import Axes3D
import matplotlib.pyplot as plt
from matplotlib import cm
from matplotlib.ticker import LinearLocator, FormatStrFormatter
import numpy as np
fig = plt.figure()
ax = fig.gca(projection='3d')
X = np.arange(-5, 5, 0.25)
Y = np.arange(-5, 5, 0.25)
X, Y = np.meshgrid(X, Y)
R = np.sqrt(X**2 + Y**2)
Z = np.sin(R)
surf = ax.plot_surface(X, Y, Z, cmap=cm.coolwarm,
                       linewidth=0, antialiased=False)
ax.set_zlim(-1.01, 1.01)
ax.zaxis.set_major_locator(LinearLocator(10))
ax.zaxis.set_major_formatter(FormatStrFormatter('%.02f'))
fig.colorbar(surf, shrink=0.5, aspect=5)
plt.show()
```

மேல் கண்ட நிரலில் mpl_ toolkit என்ற matplotlib லின் பைலை இம்போர்ட் (import) செய்வதின் மூலம் x ,y , z அச்சு numpy வழியாக உருவாக்கப்பட்டு முப்பரிமாண படங்கள் உருவாகின்றன.

வெளியீடு (output)

படம் 5: முப்பரிமாண நிரல் (3D program)

உதாரணம் 4 : ஸ்கேட்டர் (scatter) படங்களை உருவாக்க

ஸ்கேட்டர் plot (scatter plot) படங்களின் மூலம் பல வகையான கணித சமன்பாடுகளை வரையலாம் .இது இரு மதிப்புகளுக்கான கார்டீஷியன் உருவாக்கம் (cartesian product) செய்யப் பயன்படுகிறது.

```
import matplotlib.pyplot as plt
from numpy.random import rand
fig, ax = plt.subplots()
for color in ['red‘, 'green‘, 'blue‘]:
    n = 750
    x, y = rand(2, n)
    scale = 200.0 * rand(n)
    ax.scatter(x, y, c=color, s=scale, label=color,
               alpha=0.3, edgecolors='none')

ax.legend()
ax.grid(True)
plt.show()
```

எனவே பைத்தான் மூலம் காட்சி வடிவமைப்பை எளிதாக உருவாக்கலாம் .இது பல்வேறுபட்ட ஆராய்ச்சிகளுக்கு , அறிவியல் தொழில் நுட்பத்திற்கும் உதவுகின்றன

2

இலவச மென்பொருள்களைக் கொண்டு ஒருங்கிணைந்த பைத்தான் மொழி கட்டமைப்பை உருவாக்குதல்

பைத்தான் மொழி என்பது அனைவரும் பயன்படுத்தக் கூடிய இலவச உயர் ரக கணினி மொழியாகும்.இது ஜாவா மொழியின் தரவு ஆகும். பைதான் மொழியை பயன்படுத்தி பலவேறுவகையான நிரல் உருவாக்கம் (Data Creation) , நிரல் பிழைத்திருத்தம் (Data Debugging) , நிரல் பகுப்பாய்வு (Data Analysis) ,மற்றும் நிரல் காட்சிப்படுத்துதல் (Data Visualization) போன்றவற்றை உருவாக்கலாம். பைதான் மொழியை எளிதாக உபயோகப்படுத்த பல இலவச ஒருங்கிணைந்த கட்டமைப்புகள் (Integrated Development Environment) கிடைக்கின்றன. அவற்றை பற்றி இங்கு காண்போம்.

1. **ஸ்பைடர் அனகோண்டா ஒருங்கிணைந்த கட்டமைப்புகள்** (Spyder Anaconda IDE)

ஸ்பைடர் அனகோண்டா மூலம் பைதான் மொழி ஒருங்கிணைந்த கட்டமைப்பை உருவாக்கலாம். இது விண்டோஸ் , மேக் மற்றும் உபுண்டு அப்பேரடிங் இயக்குமுறைகளில் கிடைக்கின்றன. ஸ்பைடர் என்பது பைதான் மொழியை கொண்டு எழுதப்பட்ட மிகவும் சக்திவாய்ந்த அறிவியல் முறைமையாகும். இது பைதான் மொழியை எளிதாக்கி காட்சிப்படுத்துவதன் மூலம் அறிவியல் கண்டுபிடிப்புகள் நிகழ்கின்றன. உதாரணமாக பைதான் மொழியின் matplotlib மூலம் காட்சிப்படுத்தப்படும் படங்கள் மருத்துவத்துறையில் பயன்படும் ஸ்கேன் ரிப்போர்ட்களுக்கு மிகவும் பயன் படுகின்றன. ஸ்பைடர் அனகோண்டா **பைதான் மொழி வரிசை** 3 . 5 (python 3 .5) மேற்பட்டதுக்கு மட்டுமே பயன்படுத்தலாம்.

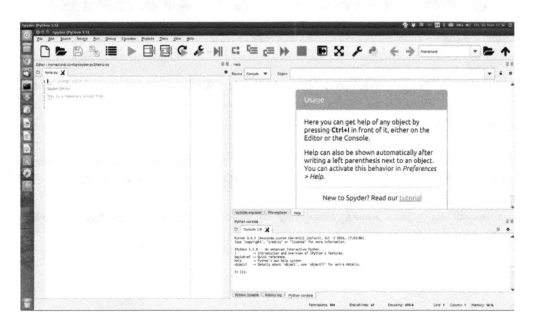

படம் 1: ஸ்பைடர் அனகோண்டா

ஸ்பைடர் அனகோண்டாவை டவுன்லோட் செய்ய இணையதள முகவரி : https://anaconda.org/anaconda/Spyder

2 . பய்சார்ம் ஒருங்கிணைந்த கட்டமைப்புகள் (Pycharm IDE)

பய்சார்ம் என்பது ஜெட்ப்ராய்ன்ஸ் (jet brains) என்ற நிறுவனத்தின் மூலம் கட்டமைக்கப்பட்ட பைதான் மொழியின் நிரலாகும்.இதுவும் இலவசமாக கல்வியியல் துறைகளுக்கு மட்டும் (acadamic) கிடைக்கின்றன. இது இரண்டு வழிகளில் கிடைக்கின்றன. ஒன்று பயனாளர் வகைப்பாடு.மற்றொன்று அனைவரும் பயன்படுத்தக்கூடிய community வகைப்பாடு. இதனை பயன்படுத்துவதன் மூலம் நேரம் குறைகின்றது ஏனெனில் இது அனைத்து பயனாளர்களும் உபயோகப்படுத்த கூடிய வகையில் command line tool மூலம் உருவாக்குகின்றன. பல இணையதள வடிவமைப்புகளை python Django மொழியின் மூலம் உருவாக்கலாம். . பய்சார்ம் பல இணையதள வடிவமைப்புகளை python Django மொழியின் மூலம் உருவாக்குகிறது. மேலும் இது மிகவும் எளிதான பைதான் படைப்புக்களை (projects) நிரல்களை கொண்டு உருவாக்குகிறது . இதுவும் விண்டோஸ் , மேக் மற்றும் உபுண்டு அப்பேரடிங் இயக்குமுறைகளில் கிடைக்கின்றன.

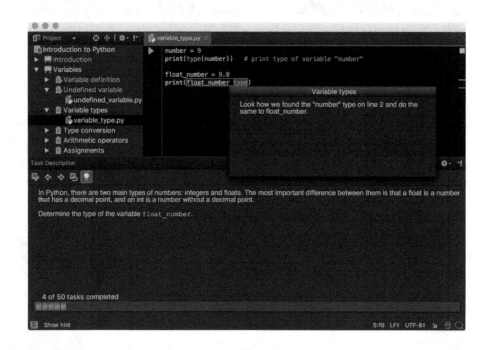

படம் 2: பய்சார்ம்

பய்சார்ம் டவுன்லோட் செய்ய இணையதள முகவரி : https://www.jetbrains.com/pycharm/download/#section=windows

3 . நிஞ்ஜா ஒருங்கிணைந்த கட்டமைப்புகள் (NINJA IDE)

இதுவும் பைதான் மொழியை மிக சுலபமாக மற்றும் எளிதாக உபயோகப்படுத்த பயன்படுகின்றன. இதனுடைய விரிவாக்கம் "NINJA (Not Just Another IDE) பைதான் மொழியை மற்றொரு முறையில் பயன்படுத்து ஒருங்கிணைந்த கட்டமைப்பு சூழல் என்று பொருள் கொள்ளலாம். பல்வேறு வகையான மென்பொருள் பயன்களுக்கு (software applications) பைதான் மொழியில் நிரல்களை எழுத இது பயன்படுகின்றன.

இதன் சிறப்பம்சம் நிரல்கள் மிக அழகாக வளைத்துக்கொடுக்கும் (flexible) தன்மை கொண்டது. இதுயும் விண்டோஸ் , மேக் மற்றும் உபுண்டு அப்பேரடிங் இயக்குமுறைகளில் கிடைக்கின்றன.

படம் 3: நிஞ்ஜா

நிஞ்ஜா இயக்கு முறையை டவுன்லோட் செய்ய இணையதள முகவரி : http://ninja-ide.org/downloads/

3

நேட்டிவ் ஸ்கிரிப்ட் மொழி: ஜாவா ஸ்கிரிப்ட் மொழியைப் பயன்படுத்தி மொபைல் ஆஃப் உருவாக்குதல்

மொபைல் ஆப் உருவாக்குத்தல் மூலம் பலதரப்பட்ட தகவல்களை பயனாளர்கள் பெறலாம். மொபைல் ஆப்கள் காட்சிப்படுத்துதல் , விளம்பரப்படுத்துதல் மற்றும் வணிகம் மற்றும் பல தரப்பட்ட கணினி சேவைகளுக்கு உதவுகின்றது . இந்த மொபைல் ஆப்களை இலவச மென்பொருள் மொழிகளைக் கொண்டு உருவாக்கலாம் . ,இந்த கட்டுரையில் ஜாவா ஸ்கிரிப்ட் மொழியை பயன் படுத்தி மொபைல் ஆப் களை எப்படி உருவாக்கலாம் என்பதனை பார்ப்போம் .

நேட்டிவ் ஸ்கிரிப்ட் மொழி என்பது மொபைல் ஆப்களை உருவாக்க எழுதப்படுகின்ற ஜாவா ஸ்கிரிப்ட் மொழியாகும் . இதனை பயனாளர்கள் மிக எளிதாக கையாளலாம். நேட்டிவ் ஸ்கிரிப்ட் மொழி பல்வேறுபட்ட அடுக்குகளை (Layers) கொண்டது.மேலும் இந்த மொழியை ஆண்ட்ராடு (android) மற்றும் ஐஓஸ் (ios)இயக்குதளங்களில் உபயோகிக்கலாம். நேட்டிவ் ஸ்கிரிப்ட் மொழியின் தொகுப்-புகள் (packages) ஜாவா ஸ்கிரிப்ட் மொழியின் வைகைப்பாடே ஆகும்.

நேட்டிவ் ஸ்கிரிப்ட் மொழியை நிறுவுதல்:

நேட்டிவ் ஸ்கிரிப்ட் மொழியை நிறுவ முதலில் ஜாவா ஸ்கிரிப்ட் மொழியை நிறுவ வேண்டும்.,ஏனெனில் ஜாவா ஸ்கிரிப்ட் மொழிதான் மொபைல் ஆப் களை உருவாக்கும் முன் மொழியாக (front end language) பயன்படுகின்றது.,ஜாவா ஸ்கிரிப்ட் மொழியை பின்வரும் கட்டளையின் மூலம் நிறுவலாம்

```
sudo apt-get install nodejs
```

படம் 1: ஜாவா ஸ்கிரிப்ட் மொழி நிறுவுதல்

இங்கு nodejs என்பது ஜாவா ஸ்கிரிப்ட் மொழியாகும்.பின்பு npm என்கிற ஜாவா ஸ்கிரிப்ட் தொகுப்புகளின் மூலம் நேட்டிவ் ஸ்கிரிப்ட் மொழியை நிறுவலாம்.,அதனை பின்வருமாறு நிறுவலாம்.

sudo npm install -g nativescript

படம் 2: நேட்டிவ் ஸ்கிரிப்ட் மொழியை நிறுவுதல்

இங்கு நீங்கள் rootபயனர் அனுமதி பெற்று நேட்டிவ் ஸ்கிரிப்ட்யை நிறுவலாம்.பின்பு கிஸ்க்கண்ட கட்டளையின் மூலம் நேட்டிவ் ஸ்கிரிப்ட் மொழியின் தகவல்களை தெரிந்து கொள்ளலாம்.

tns

இங்கு டிஎன்ஸ் என்பது டெலிரிக் (telerik) என்கின்ற நிறுவனம் நேட்டிவ் ஸ்கிரிப்ட் மொழியை கட்டமைத்ததால் இதற்கு டெலிரிக் நேட்டிவ் ஸ்கிரிப்ட் (tns) என்று பெயர்.

மொபைல்ஆப்களைநிறுவுதல்:

பின்னர்   டிஎன்ஸ் (tns) மூலம் மொபைல் ஆப் களை பின்வரும் கட்டளையில்   நிறுவலாம்.

tns create TamilComputer   --template nativescript-template-tutorial

இங்கு tns create என்கின்ற கட்டளை தமிழ்கம்ப்யூட்டர் (tamilcomputer) என்ற மொபைல் ஆப்னை நேட்டிவ் ஸ்கிரிப்ட் மொழியிலுள்ள nativescript-template-tutorialஎன்ற கட்டமைப்பு மூலம் கீழ்கண்ட தகவல்களை கொடுக்கின்றது.

cd TamilComputer

மற்றும்

tns preview

படம் 3: QR code

என்ற கட்டளை தமிழ்கம்ப்யூட்டர் **QR code**யை கொடுக்கின்றது.அதனை கூகிள் பிளே ஸ்டார்-ல் (play store) உள்ள நேட்டிவ் ஸ்கிரிப்ட் பிளேகிரவுண்ட் Nativescript Playground மற்றும் நேட்டிவ் ஸ்கிரிப்ட் ப்ரீவியூ Nativescript preview ஆப் மூலம் ஸ்கேன் செய்வதன் மூலம் உங்கள் மொபைலில் **MY APP-**ல் உங்கள் ஆப் காட்சிபடுத்தப்படுகின்றது.

ஆண்ட்ராய்டு ஸ்டூடியோ மூலம் ஆப் யை பெற

tns run android

என்கின்ற கட்டளை மூலம் ஆண்ட்ராய்டு மொபைலில் பெறலாம்

4

மினிநெட் மூலம் மெய்நிகர் வலைப்பின்னல் உருவாக்குதல்

மினிநெட் என்பது மெய்நிகர் வலைப்பின்னலை (Virtualization Network) உங்கள் கணினியிலோ அல்லது மடிக்கண்ணினியிலோ உருவாக்கக்கூடிய வலைப்பின்னல் முன்மாதிரி கருவி ஆகும் (Network emulator). இதன் மூலம் தரவு தகவல்களை (packets) ஒரு வலைபின்னலிருந்து மற்றோரு வலைப்பின்னலுக்கு அதன் கருவிகளான ஸ்விட்ச் (switch) , ரூட்டர் (Router) மற்றும் ஈதர்-நெட் ஸ்விட்ச் மற்றும் பலவகை இணைப்புகளை (links) கொண்டு அனுப்பலாம். அதாவது வன்பொருள் கொண்டு உருவாக்கப்படும் வலைப்பின்னலை மறைமுகமாக மென்பொருள் நிரல்கள் கொண்டு உருவாக்கப்படும் மென்பொருள் வரையறு வலைப்பின்னல் (Software Defined Networking) மினிநெட் ஆகும்.இதனை ஒற்றை லினக்ஸ் இயங்குதளம் மூலம் உருவாக்கலாம். .

மினிநெட் உருவாக்கம்

மினிநெட் ஒரு இலவச மொழியைக்கொண்டு எழுதப்படும் நிரல் ஆகும் . இதனை லினக்ஸ், உபுண்டு மற்றும் ஐஓஸ் இயங்குதளங்களில் உருவாக்கலாம்.இதனை கட்டளை நிரலாக்க இடைமுகம் மூலமும் (Command Line Interface) மற்றும் பயன்பாட்டு நிரலாக்க இடைமுகம் மூலமும் (Application Programme Interface) உருவாக்கலாம் .

```
$ sudo apt-get install mininet
```

என்கிற கட்டளையை கொடுக்க வேண்டும் .மென்பொருள் தொகுப்புகளான ஜிட்கப் github மூலம் நிறுவ கீழ்கண்ட கட்டளையை உபயோகித்து மினிநெட்டை பெறலாம் .

```
$ git clone git://github.com/mininet/mininet
```

இது தேவையான மினிநெட் வலைப்பின்னல் தொகுப்புகளை உருவாக்குகிறது . பின்பு

```
$sudo mn
```

என்கிற கட்டளை உங்களை மினிநெட் இயக்குதளத்திற்கு உங்களை கொண்டு சென்று பின்வரும் மெய்நிகர் வலைப்பின்னலை (Virtualization Network) தோற்றுவிக்கின்றது.

```
$sudo mn
*** No default OpenFlow controller found for default switch!
*** Falling back to OVS Bridge
*** Creating network
*** Adding controller
*** Adding hosts:
h1 h2
*** Adding switches:
s1
*** Adding links:
(h1, s1) (h2, s1)
*** Configuring hosts
h1 h2
*** Starting controller
*** Starting 1 switches
s1 ...
```

*** Starting CLI:

mininet>

இதுதான் மினிநெட்டின் வலைப்பின்னல் ஆகும் . இங்கு h1, h2 என்பவை இரண்டு ஹோஸ்ட் வலைப்பின்னல்கள் ஆகும். s1 என்பது இரண்டு ஹோஸ்ட் வலைப்பின்னல்களையும் இணைக்கக்கூடிய ஸ்விட்ச் ஆகும்.இணைப்பான்கள் (links) முறையே (h1,s1) (h2, s1) இணைக்கபடுகின்றன.

எத்தனை முனைகள் (nodes) உள்ளன என்பதனை அறிய

● **mininet>nodes** கட்டளை மூலம்

  h1 h2 s1   யை பெறலாம் ,அதாவது இங்கு h1 h2 என்ற இரண்டு ஹோஸ்ட் வலைப்பின்னல்களும் மற்றும் ஒரு ஸ்விட்ச் கருவியும் உள்ளது.

● **mininet> net**

என்கிற கட்டளையின் மூலம் எத்தனைவகை இணைப்புகள் உள்ளன என்பதை அறியலாம்
h1 h1-eth0: s1-eth1
h2 h2-eth0:s1-eth2
s1 lo: s1-eth1:h1-eth0 s1-eth2:h2-eth0
இங்கு ஈதர்நெட் இணைப்புகள் இரண்டும் சுவிட்ச் இணைப்புகள் ஒன்றும் இணைக்கப்பட்டுள்ளன

● **mininet> dump**

என்கிற கட்டளை மூலம் இரண்டு ஹோஸ்ட் வலைப்பின்னல்களின் மென்பொருள் முகவரி (IP address) பெறப்பட்டு வலைப்பின்னல் பாலம் (Bridge) வழியாக இணைக்கப்படுகின்றன.
<Host h1: h1-eth0:10.0.0.1 pid=7178>
<Host h2: h2-eth0:10.0.0.2 pid=7180>
<OVSBridge s1: lo:127.0.0.1,s1-eth1:None,s1-eth2:None pid=7185>
ஒரு வலைப்பின்னலின் மென்பொருள் முகவரி (IP address) யை பெற

● **mininet>h1 ifconfig -a** என்கிற கட்டளையை உபயோகிக்கலாம் .அதன் வெளியீடாக

h1-eth0: flags=4163<UP,BROADCAST,RUNNING,MULTICAST>   mtu 1500
        inet 10.0.0.1 netmask 255.0.0.0 broadcast 10.255.255.255
        inet6 fe80::1c36:28ff:fe23:e577 prefixlen 64 scopeid 0x20<link>
        ether 1e:36:28:23:e5:77 txqueuelen 1000 (Ethernet)
        RX packets 45 bytes 4687 (4.6 KB)
        RX errors 0 dropped 0 overruns 0 frame 0
        TX packets 14 bytes 1076 (1.0 KB)
        TX errors 0 dropped 0 overruns 0 carrier 0 collisions 0
lo: flags=73<UP,LOOPBACK,RUNNING>   mtu 65536
        inet 127.0.0.1 netmask 255.0.0.0
        inet6 ::1 prefixlen 128 scopeid 0x10<host>
        loop txqueuelen 1000 (Local Loopback)
        RX packets 0 bytes 0 (0.0 B)
        RX errors 0 dropped 0 overruns 0 frame 0
        TX packets 0 bytes 0 (0.0 B)

TX errors 0 dropped 0 overruns 0 carrier 0 collisions 0 யை பெறலாம் . இங்கு h1 வலைபின்னலின் மென்பொருள் முகவரி காட்சிப்படுத்தப்படுகிறது

பயன்பாட்டு நிரலாக்க இடைமுகம் மூலம் உருவாக்க பைத்தான் நிரல் மூலம்

$ sudo ~/mininet/examples/miniedit.py

என்கிற கட்டளை மூலம் வலைப்பின்னல் நிரல் தோற்றுவிக்கப்பட்டு முன்மாதிரி கருவி (emulator) மூலம் தரவு தகவல்கள் காட்சிப்படுத்தப்படுகிறது .

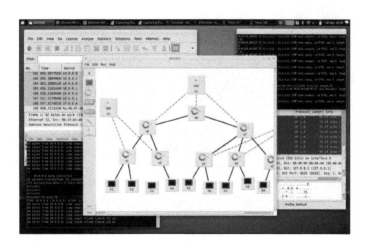

படம் 1: மினிநெட் அமைப்பு

மேலும்பின்வரும்கட்டளைகள்மினிநெட்உருவாக்கத்தின்அமைப்புகள்ஆகும்

1. Topo: இது மினினேட்டின் அடிப்படை வகுப்பு ஆகும்.இதன் மூலம் மினினேட் வலைப்பின்னல் கட்டமைப்பு (topology) உருவாக்கப்படுகிறது .

2.build(): இதன் மூலம் மினினேட் அமைப்பு உருவாக்கப்படுகிறது

3.addSwitch(): இதன் மூலம் ஸ்விட்ச்களின் பெயர் உருவாக்கப்பட்டு வலைப்பின்னல் கட்டமைப்பு இணைக்கப்படுகிறது

4.addLink(): தகவல்களை இணைக்க இரு வழி தொடர்பு (Two -Way Communication)வலைப்பின்னலை இணைக்க பயன்-படுகிறது

5.Mininet: வலைப்பின்னலை உருவாக்க பயன்படுகிறது

6.start(): வலைப்பின்னல் தொடக்க கட்டளை

7.pingAll(): அனைத்து வலைபின்னல்களும் இணைத்துள்ளதை அறிய இக்கட்டளை

8. stop(): வலைப்பின்னலை நிறுத்த இக்கட்டளை பயன்படுகிறது.

5

பைத்தான் பிளாஸ்கைப் பயன்படுத்தி வலைதளப் பயன்பாட்டை உருவாக்குதல்

பைத்தான் பிளாஸ்க் என்பது பைதான் மொழியைக் கொண்டு எழுதப்படும் மைக்கோரோவகை வலைதளமாகும்.இதனை எழுத குறிப்பிட்ட கருவிகள் (tools) அல்லது நூலகங்கள் (libraries) தேவையில்லை.இது தரவுத்தள சார்பு அடுக்கு, வடிவம் செல்லுபடியாக்கம், அல்லது ஏற்கனவே இருக்கும் மூன்றாம்-தரப்பு நூலகங்கள் பொதுவான செயல்பாடுகளை வழங்கும் வேறு எந்த கூறுகளையும் கொண்டிருக்கவில்லை. இருப்பினும்,பிளாஸ்க் அதன் விரிவாக்க கோப்புகளை (extension files ஆதரிக்கிறது, இவற்றை அதன் பயன்பாட்டு அம்சங்களுக்கு (application features) உபயோகப்படுத்திக்கொள்ளலாம் .

பிளாஸ்க் பொருள்-தொடர்புடைய மேப்பிங் தொகுப்பு , வடிவம் சரிபார்த்தல் (form validation), பதிவேற்றுதல்(uploading) , பல்வேறு திறந்த அங்கீகார தொழில்நுட்பங்கள் பாதுகாப்பு (open authentication security) மற்றும் பல பொதுவான கட்டமைப்பை சார்ந்த கருவிகளுக்கான விரிவாக்க வலைதளமாக பயன்படுகிறது.

சமூக வலைத்தளங்களான லிங்கிடின் (linkedin), பின்டெர்ஸ்ட் (Pinterest) போன்றவை பிளாஸ்க் மொழி கட்டமைப்பை உபயோ-கப்படுத்தி எழுதப்படுகின்றன.

பிளாஸ்க் உருவாக்கம்

பிளாஸ்க் மொழியை விண்டோஸ் மற்றும் லினக்ஸ் இயக்குதளங்களில் நிறுவலாம்.இதனை நிறுவ பைத்தான் மொழியை முதலில் நிறுவ வேண்டும் .பைத்தான் மொழியை www.python.org என்ற இணையத்தளத்திலிருந்து பதிவு இறக்கம் செய்துகொள்ளலாம். பின்வ-ரும் முறையில் பிளாஸ்க்கை விண்டோஸ் இயக்குதளத்தில் தோற்றுவிக்கலாம்.

படம் 1: பைத்தான் பிளாஸ்க்

PIP பைல்உருவாக்கம்

பைத்தான் தொகுப்புகளை நிறுவ பிப் தொகுப்புகள் python packages (PIP) பயன்படுகின்றன.அவற்றை பின்வரும் கட்டளை (commands) மூலம் உருவாக்கலாம் இதனை விண்டோஸ் ன் கமென்ட் ப்ரோம்ப்ட (command prompt) மூலம் நிறுவ வேண்டும்

.முன்னர் பைத்தான் கோப்பு உள்ள இடத்தை தெரிவு செய்து கொள்ளவும் .உதாரணமாக

C:>python 3.6> என்பதைதேர்ந்தெடுத்து பிப் பைலைநிறுவவேண்டும்

C:>python 3.6> python -m pip install --upgrade pip

VIRTUALENV பைல்உருவாக்கம்

.virtualenv என்பது அனைத்து வகை பைத்தான் தொகுப்புகளையும் இயக்ககூடிய பைத்தான் மொழி திட்ட வரையறு ஆகும் .இது இல்லையெனில் பிளாஸ்க் அமைப்பை தோற்றுவிக்க முடியாது .இதனை நிறுவ

C:>python 3.6> python -m pip install -U virtualenv

என்கிற கட்டளையை கொடுக்க வேண்டும் .பின்பு

C:>python 3.6> cd Scripts தளம் சென்று .virtualenv தொகுப்பை activate செய்ய வேண்டும். இதுதான் பிளாஸ்க் மொழியை நிறுவ முக்கியமான தேர்வு ஆகும்.

C:>python 3.6> Scripts>virtualenv.exe venv

C:>python 3.6> Scripts>venv>Scripts>activate

பிளாஸ்க்உருவாக்கம்(Flask installation)

பிளாஸ்க் மொழியையை நிறுவ

C:>python 3.6> pip install -U https://github.com/pallets/flask/archive/master.tar.gz என்கிற தொகுப்பு பிளாஸ்க் மொழியை உருவாக்குகிறது.மேலும்

C:>python 3.6> python -m pip install -U flask மூலமும் நிறுவலாம்.

பிளாஸ்க் வலைதளத்தை உருவாக்க (Webapp using Flask)

```
Flask is Fun
from flask import Flask
app = Flask(__name__)
@app.route("/")
def hello():
    return "Hello Welcome to  TamilComputer!"
```

என்கிற பைத்தான் நிரலை tamilcomputer.py என சேமித்து கமென்ட் ப்ரோம்ப்டில் (command prompt)

C:>python 3.6> Scripts>set FLASK_APP = tamilcomputer.py என path -ஐ சரிசெய்து

C:>python 3.6> Scripts>flask run

என்கிற கட்டளையை கொடுத்தால் கிளைன்ட் -சர்வர் இயங்குதளம் உருவாகி பின்வரும் வலைத்தளம் தோற்றுவிக்க படும்.இதனை பிரௌசரில் copy செய்வதன் மூலம் பயன்பாடு கிடைக்கிறது

* Running on http://localhost:5000/

வெளியீடாக "Hello Welcome to TamilComputer! என்கிறவலைத்தளம்தோற்றுவிக்கப்படுகின்றது

6

பைத்தான் நூலகம் மூலம் இயந்திரக் கற்றல் உருவாக்குதல்

இயந்திர கற்றல் என்பது தற்கால கணினி தொழில்நுட்பத்தில் மிகப்பெரிய வளர்ச்சியை கொண்டிருக்கிறது. ஒரு மனிதன் கற்கின்ற விதம் போல் மனித இயந்திரம் (Robot) எவ்வாறு கற்கிறது என்கின்ற நிரலாக்க விஞ்ஞானம் தான் இயந்திரக்கற்றல் ஆகும். , இதன் மூலம் பயனர் பல்வேறு வகையான தரவுகளை கற்றுக்கொள்ள முடியும். "இயந்திரக் கற்றல் மூலம் பல்வேறு நடைமுறையியல் சிக்கல்களைத் தீர்க்கப் பயன்படுகின்றன.

பழைய நாட்களில், மக்கள் அனைத்து வழிமுறைகளையும் கணித மற்றும் புள்ளிவிவர சூத்திரத்தையும் கைமுறையாக குறியீடாக்குவதன் மூலம் இயந்திர கற்றல் பணிகளைச் செய்வார்கள். இது செயல்முறை நேரத்தை எடுத்துக்கொள்வது, கடினமானது மற்றும் திறமையற்றது. இன்று, பைத்தான் மொழி மூலம் இயந்திரக்கற்றல் எளிமையாகிவிட்டது . குறைவான நேரத்துடன் மிக திறனான வேலைகளையும் செய்-யலாம். பின்வரும் பைத்தான் நூலகங்கள் மூலம் இயந்திரக்கற்றல் பயன்கள் தோற்றுவிக்கபடுகின்றன.

அவைகள்

* **Numpy**
* **Scipy**
* **Scikit-learn**
* **Theano**
* **TensorFlow**
* **Keras**
* **Pandas**
* **Matplotlib**

* நம்பை(Numpy) உருவாக்கம்

பைத்தான் விஞ்ஞான கம்ப்யூட்டர்களுக்கான அடிப்படை தொகுப்பு Numpy (Numerical python) தொகுப்பு ஆகும். இது கணித பயன்பாட்டை உருவாக்குகிறது. இதனை பின்வரும் கட்டளை மூலம் நிறுவலாம்

```
>>> python -m pip install -U numpy
```

படம் 1: நம்பை

● **Matplotlib** பைல் உருவாக்கம்

Matplotlib என்பது பைத்தான் மொழியின் 2D நூலக தொகுப்பு. இது பல தரவரிசை படங்களை (2D ,3D) கொடுக்கின்றது பின்வரும் கட்டளை மூலம் matplotlib யை நிறுவலாம் .

```
>>> python -m pip install -U matplotlib
```

படம் 2: மேட்பிளாட்லிப்

● **Scipy** பைல் உருவாக்கம்

இந்த நூலகம் தான் பல்வேறுபட்ட இயந்திர கற்றல் கணித சமன்பாடுகளை உருவாக்க பயன்படுகின்றன. கணிதத்தில் பயன்படும் புள்ளி-யியல்,இயற்கணிதம் போன்றவை இயந்திரக்கற்றல் வகைப்பாடுகளை உருவாக்க பயன்படுகின்றது

படம் 3: சைபை

```
>>> python -m pip install -U scipy
```

● **Scikit-learn** பைல் உருவாக்கம்

இந்த நூலகம் இயந்திரக்கற்றல் வழிமுறை (Algorithm) யை கொடுக்கின்றது. தரவு தொகுப்புகள் (Data Set) மூலம் உருவாக்கப்-படும் இயந்திரக்கற்றல் தொகுப்புகளை காட்சிப்படுத்த இந்த இயந்திரகற்றல் வழிமுறை பயன்படுகின்றது

```
>>> python -m pip install -U scikit-learn
```

படம் 4:சைக்கிட் லேர்ன்

- **Theano** பைல் உருவாக்கம்

இந்த நூலகம் இயந்திரக்கற்றல் பல்வேறு நிலை பரிணாம வரிசையை (Multidimensional Array) தோற்றுவிக்க பயன்படுகின்றன. கணித அணிகள் (Mathematics Matrix) உருவாக்க இதுதான் அடிப்படை நூலகம் ஆகும்

படம் 5: தியனோ

இதனை பின்வரும் கட்டளை மூலம் உருவாக்கலாம்

```
>>> python -m pip install -U theano
```

- **TensorFlow** பைல் உருவாக்கம்

டென்சர்ஃப்ளோ என்பது கூகுள் நிறுவனம் உருவாக்கிய உயர் செயல்திறன் எண் கணிப்பீட்டிற்கான (Numerical) மிகவும் பிரபலமான இலவச திறந்த மூல நூலகமாகும் (Free open source software). டென்சர்ஃப்ளோ என்பது டென்சர்களை உள்ளடக்கிய கணக்கீடுகளை வரையறுத்து இயக்குவதை உள்ளடக்கிய ஒரு கட்டமைப்பாகும். இது பல செயற்கை நுண்ணறிவு (Artificial Intelligence)பயன்பாடுகளை உருவாக்குகிறது .மருத்துவ துறையில் நரம்பியல் நெட்வொர்க்குகளைப் பயிற்றுவித்து இயக்க இந்த நூலகம் பயன்படுகிறது.

இதனை உருவாக்க

படம் 6: டென்சர்ஃப்ளோ

https://www.tensorflow.org/install என்ற இணையதளம் மூலம்
>>>pip install tensorflow என்கிற கட்டளையை கொடுக்க வேண்டும்

- **Keras** பைல் உருவாக்கம்

பைத்தானுக்கு மிகவும் பிரபலமான இயந்திர கற்றல் நூலகம் கெராஸ் ஆகும் .. இது CPU மற்றும் GPU இரண்டிலும் தடையின்றி இயங்க முடியும். இயந்திர கற்றலில் பயன்படும் நரம்பியல் வலையமைப்பை உருவாக்கி வடிவமைப்பதை கெராஸ் செய்கிறது. இது எளிதான மற்றும் வேகமான முன்மாதிரிகளை (Prototype) அனுமதிக்கிறது.

படம் 7: கெராஸ்

>>>python —m pip install keras பைல் கெராஸ் அமைப்பை தோற்றுவிக்கின்றது

- **Pandas** பைல் உருவாக்கம்

பைத்தான் தரவு கட்டமைப்பை (data structure) உருவாக்க python data analysis (pandas) பயன்படுகிறது .இதனை பின்-வரும் கட்டளை மூலம் நிறுவலாம்.
>>> python -m pip install -U pandas

படம் 8: பாண்டாஸ்

7

அப்பாச்சி ஸ்பார்க் ஹடூப் மூலம் பெரிய தரவுகளை குறைத்தல்

இன்றைய தகவல் தொழில்நுட்ப காலகட்டத்தில் மொபைல் தரவுகளை பயன்படுத்துவது அதிகமாகிவிட்டது.

ஒரு நாளைக்கு ஒவ்வொரு பயனரும் சுமார் 1073741824 பிட் தரவுகளை பயன்படுத்துகிறோம்.மொத்தத்தில் கிட்டத்தட்ட பல கோடி தரவுகளை பதிவிறக்கம் செய்து கொள்கிறோம்.இவ்வாறான தரவுகளை குறைத்து தரவுகளை மிக எளிதாக கையாளவும், மிக வேகமாக பதி-விறக்கம் செய்யவும் மேப் ரெடியுஸ் தொழில் நுட்பம் பயன்படுகிறது. இதனை தற்காலத்தில் பயன்படும் தொழில்நுட்ப உத்தியான அப்பாச்சி ஸ்பார்க் மூலம் மிகவும் எளிதாக செய்யலாம்இதனை பலவகை இயக்கு தளங்களிலும் (operating system) உபயோகப்படுத்தலாம்.மற்ற மேப் ரெடியுஸ் நுட்பங்களை விட 100 மடங்கு வேகமாக இயங்குகிறது

அப்பாச்சி ஸ்பார்க்

அப்பாச்சி ஸ்பார்க் என்பது இலவச மென்பொருள் ஆகும். இதனை அப்பாச்சி இணையதளாலிருந்து இலவசமாக பதிவிறக்கம் செய்து கொள்ளலாம் .அப்பாச்சி ஸ்பார்க் மூலம் மிகவும் பண்பட்ட பயன்களை அடையமுடியும்.இதனைக்கொண்டு

1.இயந்திர கற்றலை (Machine Learning)

2.தகவல் மேலாண்மை (Database Management)

3.வரைபடங்களை தருவிக்க (Graph Processing)

4. செயலாக்கம்

போன்றவற்றுக்கு இது பெரிதும் பயன்படுகிறது . இதனை உருவாக்க ஸ்கேலா மொழியை முதலில் நிறுவ வேண்டும்.இந்த மொழியின் மூலம் தான் அப்பாச்சி ஸ்பார்க் உள்ளீடு செய்யப்படுகிறது.

VS

படம் 1: அப்பாச்சி ஸ்பார்க் கடூப் தரவு குறைத்தல்

ஸ்கேலா உருவாக்கம் (Scala Installation)

ஸ்கேலா என்பதும் ஒரு உயர்ரக கணினி மொழியாகும்.இது ஜாவா மொழியின் கட்டமைப்பின் கீழ் இயங்குகிறது.இதனை உருவாக்க ஜாவா மொழி அவசியமாகிறது.இதனை https://www.scala-lang.org/download/ என்ற இணைய தளத்திலிருந்து பதிவிறக்கம் செய்து கொள்ளலாம்.

அப்பாச்சி ஸ்பார்க் உருவாக்கம்

அப்பாச்சி ஸ்பார்க் இணையதளம் சென்று தேவையான ஸ்பார்க் பதிப்பினை தேர்வு செய்துகொள்ளவேண்டும்.பின்பு தேவையான ஹடூப் 2.7 பதிப்பினை தேர்வு செய்துகொண்டு பின்வரும் கட்டளைகளை ஒன்றன் பின் ஒன்றாக நிறுவ வேண்டும் .

முதலில் ஜாவா பதிப்பினை தெரிந்து கொள்ள

java -version என்கிற கட்டளை மூலம் தேர்ந்து கொள்ள வேண்டும்

பின்பு பதிவிறக்கம் செய்யப்பட்ட அப்பாச்சி ஸ்பார்க் ஹடூப் பாதிப்பினை எக்ஸ்ட்ராக்ட் (extract) செய்ய வேண்டும்

இதனை

tar xvf spark-2.4.3-bin-hadoop2.7.tgz என்று எக்ஸ்ட்ராக்ட் செய்யலாம்.பின்பு முதன்மை பயனர் (root) அனுமதி பெற்று

cd spark-2.4.3-bin-hadoop2.7 சென்று

ls கட்டளை கொடுத்தால்

spark-2.4.3-bin-hadoop2.7. உள்ள அனைத்து வகை தரவிறக்க மொழிகளும் தோன்றும். அதில் பைத்தான் , R போன்ற மொழி-களும் உள்ளடங்கும் .ஏனெனில் இவ்விரண்டு மொழிகள் தான் தரவுகளை குறைக்க மிகவும் பயன்படுகிறது .

பின்பு ஜாவா வரிசையை தோற்றுவிக்க spark-2.4.3-bin-hadoop2.7 சென்று

spark-2.4.3-bin-hadoop2.7 $] export JAVA_ HOME =/bin என கட்டளையிட்டு

spark-2.4.3-bin-hadoop2.7$] ./bin/spark-shell மூலம் ஸ்பார்க் ஸ்கேலா முகப்பு கிடைக்கிறது.இதன்மூலம் ஸ்கேலா மொழி-யில் நிரல்களை (programs) நிறுவி பைத்தான் மற்றும் R மொழி உட்கொண்டு தரவுகளை குறைக்கலாம். பின்பு அதன் மூலமே உருவாக்கப்படும் லோக்கல் ஹோஸ்ட இணைய முகவரி (Local host IP) உதாரணமாக 127.0.0.1:4041 அல்லது தோற்றுவிக்கப்படும் IP மூலமும் கொண்டு அப்பாச்சி ஸ்பார்க்கை பிரௌசரில் தோற்றுவிக்கலாம்.

8

ஐந்தாம் தலைமுறை தொழில் நுட்பம் (5G)

இன்றைய உலகில் இணையதள தொழில் நுட்பம் அதி வேக வளர்ச்சியைக் கண்டிருக்கிறது .இணையம் என்ற சொல் அனைத்து வலைப்பின்னல்களையும் (Network) இணைத்து உருவாக்கக்கூடிய தொகுப்பு ஆகும். தொழில் நுட்பம் முதலாம் தலைமுறை வலைப்பின்னல் (1G) 1980 ஆம் ஆண்டில் ஆரம்பிக்கப்பட்டது.,பின்பு தொழில்நுட்ப வளர்ச்சியின் முன்னேற்றத்தில் 2G, 3G மற்றும் தற்காலத்தில் நம் உபயோகப்படுத்தும் 4G தொழில்நுட்பமும் மிக அதிவேக இணையதள சேவையை வழங்கினாலும் அடுத்த தலைமுறை நெட்ஒர்க்க்கு மாற வேண்டிய தொழில் நுட்பத்திற்கு தள்ளப்பட்டுள்ளோம் என்றால் மிகையாகாது. அடுத்த தலைமுறை தொழில்நுட்ப வலைப்பின்னலின் (5G) இன்றியமையாத தொழில் நுட்பத்தையும்,அதன் பயன்களையும் இக்கட்டுரையில் காண்போம் .

5G நெட்ஒர்க்

5G நெட்ஒர்க் நான்காம் தலைமுறை நெட்ஒர்க்கின் விரிவாக்கமாக செயல்படுகிறது., இது பல்வகைப்பட்ட (hetrogeneous)நெட்ஒர்க்குகளின் தொகுப்பாக செயல்பட்டு மிக பெரிய வலைப்பின்னலாக தோற்றுவிக்கப்படுகிறது .5G தொழில் நுட்பம் மூலம்

1) மிக அதிவேக தரவு வேகமாக 1Gbps வரை தரவுகளையும், மென்பொருள்களையும் , படங்களையும், வீடியோ காட்சிகளையும் தரவிறக்கலாம்.

2) மிக அதிக தூரம் வரை நெட்ஒர்க் சிக்னல்கள் கிடைக்கின்றன

3) தகவல் பதிவிறக்கம் மற்றும் தகவல் பரிமாற்றம் மிகக் குறைந்த நேரத்தில் (low latency) நடைபெறுகிறது

4)அலைக்கற்றை (bandwidth) மற்றும் தகவல்கள் தொகுப்பு (payload) மிக எளிதாக பயன்படுத்தப்பட்டு அதிக பயனர்களுக்கு சென்றடைகிறது .

5) 5G அலைக்கற்றையின் வேகம் நான்காம் அலைக்கற்றையின் வேகத்தை விட 1000 மடங்காக செயல்படுகிறது .

6) 5G தொழில் நுட்பத்தின் நேர தாமதம் (low latency) 1 மில்லி வினாடிக்கு குறைவாகவே உள்ளது .இதுதான் நெட்ஒர்க் சேலைஸ் (network slice) தொகுப்பாக பயன்படுகிறது

7) உபயோகிக்கும்(Availability) திறன் 99.99 சதவிகிதம் 5G தொழில்நுட்பத்தில் கிடைக்கப்பெறுகின்றது .

8) 90 % திறன் அளவு (energy) ஆக குறைக்கப்பட்டு திறன் சேமிக்கப்படுகிறது .9) நெட்ஒர்க் கூட்டம் உருவாக்கம் (congestion control) மிக அதிகமாக கட்டுப்படுத்தப்படுகின்றது .

10) ஒவ்வொரு வலைப்பின்னல்களின் தொலைவுகளை மிக எளிதாக கண்டுபிடிக்க (Location Awareness)5G தொழில் நுட்பம் மிக அதிகமாக உதவுகின்றது.

5G தொழில் நுட்பம் மூலம் ரேடியோ நெட்ஒர்க் (Radio Access Network) மூலம் அமைக்கப்பட்ட வலைப்பின்னல் ஆகும்.,இதிலும் பல அடிப்படை நிலையங்கள் (base station) , நெட்ஒர்க் கோபுரங்கள் (Network Towers), gnodeB என்று சொல்லப்படுகின்ற அடுத்த தலைமுறை அடிப்படை நிலையமாக " Next Generation nodeB" செயல்படுகிறது இதுதான் 5G தொழில் நுட்பத்தின் அடிப்படை நிலையமாகும்.இதனை பின்வரும் படத்திலிருந்து .தெரிந்து கொள்ளலாம் .

மேலும் 5G தொழில் நுட்பத்தில் நெட்ஒர்க் மெய்நிகர் செயல்பாடு (Network Function Virtual) தொகுப்பு பல்வேறுவகையான நெட்ஒர்க் தொகுப்புகளை மெய்நிகர் வலைப்பின்னலாக (Virtual Network) ஆக தோற்றுவித்து ரேடியோ தொழில் நுட்ப வலைப்பின்னலாக பயனர்களுக்கு உதவுகிறது.இதுதான் IOT என்று சொல்லப்படுகின்ற தொழில் நுட்பத்தில் தானியங்கி வாகனங்களுக்கும் (Automatic Car) , விவசாயத்துறையில் பயன்படும் கருவிகளுக்கும் , மருத்துவத்துறை ,மற்றும் கணினி துறைக்கும் பயன்படுகின்றன.ஆகவே 5G யில் NFV தொகுப்பு மிக முக்கிய தொகுப்பு ஆகும்.

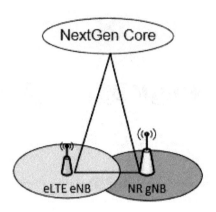

படம் 1: ஐந்தாம் தலைமுறை (5G) அமைப்பின் பாகங்கள்

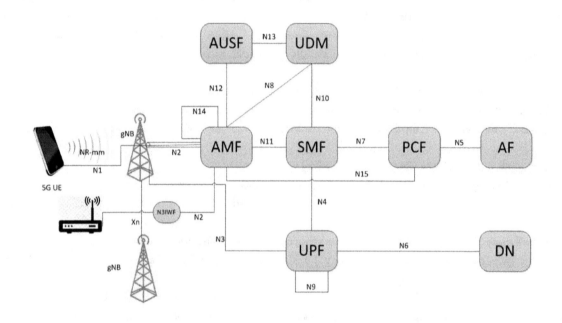

படம் 2: 5Gஅமைப்பு

5Gஅமைப்பு

மேற்கண்ட 5G தொழில்நுட்ப படத்தில் மூன்று வகை பிரிவுகள் உள்ளன .முதல் நெட்ஓர்க் பிரிவில் பயனர் கருவிகள் (user devices) இணைக்கப்பட்டுள்ள பிரிவில் அனைத்துவகை கணினிகளும் , மொபைல் போன்களும் மற்ற நெட்ஓர்க் சாதனங்களும் உபயோக படுத்தப்-பட்டு , அவை enodeB மற்றும் ரேடியோ நெட்ஓர்க் மேகக்கணினி மற்றும் எட்ஜ் கணினி (edge computing) மேகக்கணினி மூலம் இணைக்கப்பட்டு மைய நெட்ஓர்க்(core network)உடன் இணைக்கப்பட்டு 5G அமைப்பு உருவாக்கப்படுகிறது .

5G மொபைல் எட்ஜ் கணினி (Mobile Edge Computing)

இந்த தொகுப்பின் மூலம் ஆன்லைன் நெட்ஓர்க் டிராபிக் குறைக்கப்பட்டு குறைந்த நேரத்தில் நெட்ஓர்க் செயல்பாடுகள் பயனருக்கு சென்றடைகிறது.,

இனிவரும் காலங்களில் 5G தொழில் நுட்பம் மாறுகின்ற (dynamic environment) சூழல் நுட்பமாக செயல்பட்டு பல்வேறுவகை வலைப்பின்னல்களை ஒருங்கே இணைக்கப் பயன்படும் .

நெட்ஒர்க் சிக்கல்களை (Network Complexity) தீர்க்கப் பயன்படுகிறது,

பல தானியங்கு (automated) தீர்வுகளுக்கும் இது மிக பெரிய அளவில் பயன்படும்

9

லினக்ஸ் இயங்குதளத்தின் மேம்பட்ட கட்டளைகள்

லினக்ஸ் கட்டளை டெர்மினல்(terminal) டூல் மூலம் எளிதாக நிறுவலாம்.இதனை மிக எளிதாக பயனர் அறியலாம்.

இங்கு மேம்பட்ட நெட்ஒர்க் கட்டளைகள் நெட்ஒர்க் துறையில் பணி செய்ய ஆர்வம் உள்ளவர்களுக்கும் , நெட்ஒர்க் துறையில் வேலை செய்பவர்களுக்கும் மற்றும் கணினி ஆர்வர்களுக்கும் மிக எளிதாக இருக்கும் .கீழ்கண்டவற்றை நிறுவ sudo apt-get install net-tools என பொது கட்டளையை கொடுக்க வேண்டும்

1) traceroute <URL Address >

இந்த கட்டளை மூலம் கொடுக்கப்பட்ட இணையதள முகவரி (URL) இணைய நெறிமுறை முகவ்ரி (IP address) யை கண்டுபிடித்து அது எந்தந்த நெட்ஒர்க் ரூட்டர் (router) வழியாக வருகின்றது என்பதனை மிக எளிதாக அறியலாம் .

உதாரணம் traceroute www.tamilcomputer .in இது தமிழ் கம்ப்யூட்டர் இணையதத்தின் முகவரியை ஆறியினத்தை அது எந்த ரூட்டர்கள் வழியாக வருகின்றது என்பதனை அறியலாம் . இந்த கட்டளையை sudo apt-get install traceroute மூலம் நிறுவ-லாம்.

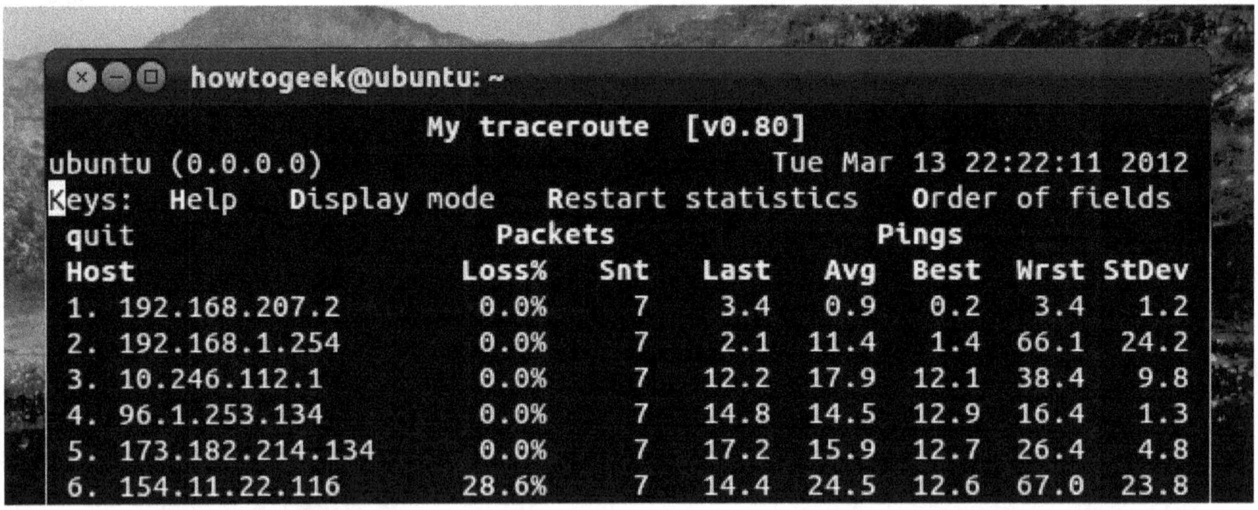

howtogeek@ubuntu: ~
My traceroute [v0.80]
ubuntu (0.0.0.0) Tue Mar 13 22:22:11 2012
Keys: Help Display mode Restart statistics Order of fields
quit Packets Pings
Host Loss% Snt Last Avg Best Wrst StDev
1. 192.168.207.2 0.0% 7 3.4 0.9 0.2 3.4 1.2
2. 192.168.1.254 0.0% 7 2.1 11.4 1.4 66.1 24.2
3. 10.246.112.1 0.0% 7 12.2 17.9 12.1 38.4 9.8
4. 96.1.253.134 0.0% 7 14.8 14.5 12.9 16.4 1.3
5. 173.182.214.134 0.0% 7 17.2 15.9 12.7 26.4 4.8
6. 154.11.22.116 28.6% 7 14.4 24.5 12.6 67.0 23.8

படம் 1: ட்ரெஸ் ரூட் கட்டளை

2)nslookup < URL Address >

இந்த கட்டளை கொடுக்கப்பட்ட இணையதள முகவரியின் (URL) இணைய பெயரையும் (Domain name) அதனுடைய சர்வரையும் இணைய நெறிமுறை முகவ்ரி கொண்டு இணைக்கும் முக்கிய கட்டளையாக பயன்படுகிறது

உதாரணம் nslookup www.tamilcomputer .in இந்த கட்டளையை sudo apt-get install dnsutils மூலம் நிறுவலாம்.

• 28 •

3) host < URL Address >

இக்கட்டளை மூலம் இணையதள முகவரியின் (URL) இணைய நெறிமுறை முகவ்ரி பதிப்பு 4(IPV4) மற்றும் இணைய நெறிமுறை முகவ்ரி பதிப்பு 6 (IPV6) ஆகியவற்றை காட்சிப்படுத்தலாம்

உதாரணம் host www.google.co இதன் மூலம் கூகிள் முகவரியின் ipv4 மற்றும ipv6 கிடைக்கின்றன.

4) tcpdump

இந்த கட்டளை நெட்ஒர்க் செயலாக்கம் போது ஏற்படும் நெட்ஒர்க் டிராபிக்கை கண்டுபிடிக்க பயன்படுகிறது .இதன் மூலம் நெட்ஒர்க் கூட்டத்தினை கட்டுப்படுத்தலாம் .இது ஒரு சிறந்த நெட்ஒர்க்கை பாதுகாக்கும் மென்பொருளாக செயல்படுகிறது.

உதாரணம் sudo tcpdump -c 5 ஐந்து தரவுகளை(data) கண்டுபிடித்து அந்த நெட்ஒர்க் தரவு வெளியீடுகள் , தரவு இழப்புகளை (data loss) போன்றவற்றை காண்பிக்கிறது .

5) netstat

இக்கட்டளை நெட்ஒர்க் சோதனைகளை கண்டறிய பயன்படுகிறது.நெட்ஒர்க் முகமை தொடர்பில் உள்ளதா என அறியவும், கண்காணிக்கவும் ,பயன்படுகின்றன .

டெர்மினலில் netstat என உள்ளீடு செய்தால் வெளியீடு கிடைக்கும்

6)ifconfing

நமது கணினியிலுள்ள இணைய நெறிமுறை முகவரியையும் , வன்பொருள் முகவரியையும் ,லோக்கல் முகவரியையும் வெறும் ஏதேனும் வைபை முகவரி இணைந்துள்ளதா என கண்டறியவும் இந்த கட்டளை பயன்படுகிறது

இதனை ifconfig என டெர்மினலில் உள்ளீடு செய்யலாம்.

7) wireshark

இக்கட்டளை மிக முக்கிய கட்டளையாக நெட்ஒர்க் தொழில்நுட்பத்தில் பயன்படுகிறது. நெட்ஒர்க் பாக்கெட்களின் ப்ரோடோகால் (protocol) வகைகளை கணடறியவும் (உதாரணமாக tcp ,udp) , நெட்ஒர்க்குகளை கண்காணிக்கவும்,நெட் ஒர்க்குகளை பில்டர் (network filter) செய்யவும் இக்கட்டளை பயன்படுகிறது .இதனை sudo apt -get install wireshark மூலம் நிறுவலாம்.

8)nmap

இக்கட்டளை மூலம் கொடுக்கப்பட்டஇணையதள முகவரியின் தொடர்பு முகவரியையும் port number , ஸ்கேன் செய்து அந்த இணையத்திலுள்ள பாதுகாப்பு ஆபத்துகளையும் (security risk) எந்த முகவரியின் போர்ட் நம்பர்கள் திறந்து இருக்கின்றன என்பதனையும் எளிதாக அறியலாம் . இதனை sudo apt-get install nmap மூலம் நிறுவலாம்.

9) ping

இக்கட்டளை மிக முக்கிய அடிப்படைகட்டளையாக நெட்ஒர்க் துறையில் பயன்படுகிறது .கொடுக்கப்பட்ட இணைய முகவரியையோ , இணைய நெறிமுறை முகவரியையோ நெட்ஒர்க் இணைப்பில் இணைத்துள்ளதா அல்லது இணைப்பு அற்று உள்ளதா என அறிய இது பயன்படுகிறது.

உதாரணம் ping 192.168.1.1 இதன் வெளியீடு reply உடன் ttl என சொல்லப்படுகின்ற நெட்ஒர்க் நேர இணைப்பு மில்லி செகண்ட் ஆக தெரியும்.

10) telnet

இக்கட்டளை டெர்மினல் நெட்ஒர்க் கட்டளையாகும்.இதன் மூலம் மற்றொரு இணைய முகவரியின் port எங்களுடன் இணைக்க இக்கட்டளை பயன்படுகிறது.இணைக்கப்பட்டால் இவ்விரண்டு இணைப்புகளும் சரியாக வேலை செய்யும் .

உதாரணம் telnet www.google.co.in 443 இங்கு 443 என்பது port எண் ஆகும்.

10

ராசா உருவாக்கும் சாட்பாட்

ராசா (rasa) என்பது உயர் ரக இலவச மென்பொருள் சாட்பாட் ஆகும். இயந்திரக் கற்றல் மூலம் உருவாகும் மனித இயந்திரம் மற்ற பயனர்களுடன் உரையாட ஒருவகை நடுநிலை நண்ணறிவு தேவைப்படுகிறது ,இதற்கு சாட்பாட் என்று பெயர் .ராசா மூலம் செயற்கை நுண்ணறிவு சாட்பாட்டை உருவாக்கலாம் .இதனை பின்வரும் கட்டளை மூலம் நிறுவலாம்.

pip install rasa-x --extra-index-url https://pypi.rasa.com/simple

இங்கு pip என்பது பைத்தான் மொழி தொகுப்பு ஆகும். பைத்தான் மொழியில் பயன்படும் scipy,numpy,tensorflow போன்றவை ராசா சாட்பாட்டை உருவாக்கப்பயன்படுகிறது. பின்பு ராசா வை நிறுவ

rasa init கட்டளையைக் கொடுக்க வேண்டும் .ராசா மென்பொருளில் இரண்டு வகைகள் உள்ளன.ஒன்று ராசா ,மற்றொன்று ராசா-x (rasa-x) .ராசா-x நிரலை க்ராபிக்கல் யூசர் தொடர்பாக (GUI) கிடைக்கிறது. பின்வரும் வழி முறைகளில் ராசா திட்டத்தை (project) உருவாக்கலாம் .

படம் 1: ராசா சாட்பாட் இயற்கை மொழி மூலம்

1. ராசா திட்டத்தின் முதல் நிலை

முதல்நிலையில் வெற்று ராசா திட்டத்தை உருவாக்க கீழ்காணும் கட்டளையை நிறுவலாம் .

   rasa init --no-prompt இது பின்வரும் ராசா கோப்புகளை உருவாக்குகிறது

__init__.py - இது ஒரு வெற்று பைத்தான் கோப்பு ஆகும்.

actions.py - சாட்பாட் செய்கைகளுக்கு உதுவுகின்றன

config.yml '*' - ராசா வின் கட்டமைப்பு கோப்பு

credentials.yml - மற்ற பயனர் கருவிகளுடன் இணைக்கப் பயன்படுகிறது

data/nlu.md '*'   - சாட்பாட் புரிந்துகொள்ளும் மொழி NLU மொழியாகும்

data/stories.md '*'- சாட்பாட் உடன் நாம் உரையாடும் தகவல்கள் இந்த தொகுப்பில் கிடைக்கின்றன.

domain.yml '*' - பயனருக்கு உதவுகின்ற டொமைன் இந்த கட்டமைப்பு ஆகும்

endpoints.yml - fb messenger உடன் சாட்பாட்டை இணைக்க பயன்படும் இந்த தொகுப்பு endponit ஆகும்

models/<timestamp>.tar.gz- பயனர் உள்ளீடு மாடல் இதுவாகும்.

2) NLU மொழி உள்ளீடுகள் பயனர் தொகுப்பு

இரண்டாம் நிலையில் பயனர் கொடுக்கின்ற உள்ளீடுகள் இங்கு நிறுவப்படுகின்றன

அவைகள்   hello , hai , good morning முதலியவை

3) பயனர் மாதிரி கட்டமைப்பு

பயனர் மாதிரி ராசா கட்டமைப்பை

cat config.yml முறையில் காணலாம்

4) பயனர் முதல் உரையாடல் சாட்பாட்யுடன்

எந்த வகையான உரையாடல் என்பதின் கட்டமைப்பு கோப்புகள் இங்கு வரையறுக்கப்படுகின்றன .

உதாரணம் : bye என்று சொன்னால் சாட் பாட் thank you என்று பதிலளிக்கும் வண்ணம் எழுதப்படும் நின்றால்தான் இந்த உரையாடல் ஆகும்

5) ராசா மாதிரி தொகுப்பு வெளியீடு

ராசா நிரலின் மாதிரி தொகுப்பை சேமித்து rasa shell என்ற கட்டளையை நிறுவினால் பிவரும் சாட் பாட் -பயனர் முகப்பு தோற்றுவிக்கப்படும்

உதாரணம்

பயனர் : hello

சாட் பாட் : hey ! how are you

பயனர் : im fine ! how about you

சாட் பாட் : im okayı

உரையாடலில் தொடங்கும் பின்பு நாம் வரையறுத்த டொமைனிலில் உள்ள கேள்விகளுக்கு சாட்பாட் பதிலளிக்கும். இதன் வெளியிடை gui -ல் பெற rasa-x பயன்படுகிறது

11

இலவச மென்பொருள்களின் வகைப்பாடுகள்

❧

நாம் பயன்படுத்தும் வணிக ரீதியான மென்பொருள்களுக்கு மாற்றாக பதிலாக பல இலவச மென்பொருள்களும் எவ்வித கட்டணமும் இல்-லாமல் இலவசமாக இணையத்தில் கிடைக்கின்றன . பயனருக்கு சுலபமாகவும் , மிக எளிதாகவும் பயன்படும் இம்மென்பொருள்களை பற்றி இங்கு பார்ப்போம்.

1. கோஹாநூலகமென்பொருள்(koha library software)

கோஹா என்பது திறந்த நிலை நூலக இலவச மென்பொருள் ஆகும்.இதன் மூலம் ஒரு நூலகத்தின் விவரங்களை உள்ளீடு செய்து நூலகங்களை மின்-நூலகம் (E -library) ஆக மாற்றலாம். புத்தகங்களின் விவரங்கள், விலை , புத்தக எண் (ISBN) ,ஆசிரியர் ,பதிப்பகம் போன்றவற்றை சேமித்து வைக்கும் தரவு இடமாக கோஹா பயன்படுகிறது. இதன் மூலம் ஒவ்வொரு புத்தகங்களின் பார்க்கோடு-களை உருவாக்கி புத்தகங்களின் எண்ணிக்கையை மிக சுலபமாக அறியலாம் .

இணைய முகவரி : https://koha-community.org

படம் 1: இலவச மென்பொருள்கள்

2. மீடியாவிக்கி(Media Wiki)

இலவச இணையதளங்களை உருவாக்கப் பயன்படும் மென்பொருளாக மீடியா விக்கி செயல்படுகிறது.ஒரு ரூபாய் கட்டணமின்றி பல லட்சம் நபர்களை உங்கள் இணையதளம் சென்றடைய இந்த மென்பொருள் உதவுகின்றது.PHP மொழியை கொண்டு எழுதப்படும் இதன் நிரலானது அனைத்துவகை இயங்குதளங்களிலும் கிடைக்கின்றது .

மேலும் விவரங்களுக்கு : https://www.mediawiki.org/wiki/Download

3. ஜென்கின்ஸ்(Jenkins)

ஜென்கின்ஸ் மூலம் ஒரு மிகச்சிறந்த ப்ரொஜெக்ட்களை உருவாக்கலாம்.இது ப்ரொஜெக்ட்களின் கூறுகளை அறிந்து சோதனைகள் (Testing) மூலம் நிரலில் ஏற்படும் பிழைகளை கண்டறிந்து நிறுவலாம்.பலவகை ப்ரொஜெக்ட்களை கையாள இந்த இலவச மென்பொருள்

பயன்படுகின்றன .ஜாவா மொழியை கொண்டு எழுதப்படும் இந்த மென்பொருள் மூலம் பலவகை தானியங்கி (Automated) மென்பொருள்கள் உருவாக்கப்படுகின்றன. அனைத்துவகை இயங்குதளங்களிலும் பயன்படுத்தலாம் .

www .jenkins.io மூலம் விவரங்களை அறியலாம்.

4. லைம்சர்வே(Limesurvey)

லைம்சர்வே பயன்பாடு மூலம் இணையதள கணக்கெடுப்புகளை (Survey) கண்டறியப் பயன்படுகிறது. இதன் மூலம் வணிக கணக்கெடுப்புகள், தொழிலாளர்கள் வேலை செய்யும் நிறுவனங்களில் கேட்கப்படும் கேள்விகளுக்கு பதிலளிக்கும் சர்வே மென்பொருளாக இந்த லைம்சர்வே பயன்படுகிறது .

https://www.limesurvey.org/about-limesurvey/download இணையதளம் சென்று இச்செயல்பாட்டை தரவிறக்கலாம்.

5. இ-ப்ரிண்ட்ஸ்(e-prints)

இதுவும் இலவச மென்பொருளாகும்.இதன் மூலம் நிறுவனங்கள், கல்வி நிறுவனங்களின் தரவுகளை சேமித்து வைக்கும் பெரிய இடமாக இ-ப்ரிண்ட்ஸ் மென்பொருள் உதவுகிறது.இதன் மூலம் பலவகை ஆராய்ச்சி கட்டுரைகள், கல்வி சம்பந்தமான தரவுகள் ,நிரல்கள் போன்றவற்றை எவ்விதமான கட்டணமின்றி பெறலாம்.

மேலும் இம்மென்பொருளை தரவிறக்க www . eprints.org/uk/index.php/software இணையதளம் செல்ல வேண்டும்.

6.மூடெல்(moodle)

பலவகை கல்வி மற்றும் கம்பெனிகளில் பயன்படக்கூடிய மூடெல் திறந்த நிலை இலவச மென்பொருள் ஒரு மிக சிறந்த உள்ளடங்களை (content) கொண்ட பயன்பாடுகளை தோற்றுவிக்க உதுவுகின்றன .கல்வி மற்றும் பிற பயன்களை பல நபர்களை சென்றடைய இது ஒரு இடமாக , சேமிப்பு தரவாக இந்த மென்பொருள் பயன்படுகின்றன. பயனர் தமக்கு தேவையான விவரங்களை இந்த தளம் மூலம் அறியலாம். ஆசிரியர்கள் மற்றும் நிறுவனங்களில் வேலை செய்வோர் தமக்கின் கீழ் பணிபுரியும் மற்ற பயனருக்கு பகிர இது ஒரு நடுநிலை மென்பொருள் பயன்பாடாய் உதவுகின்றது .

இதனை https://download.moodle.org/ இணையத்தளம் சென்று தரவிறக்கலாம்.

7. ட்ருப்பள் (Drupal)

ட்ருப்பள் என்பது PHP மொழிக் கொண்டு எழுதப்பட்ட ஒரு இலவச மற்றும் திறந்த நிலை உள்ளடக்க மேலாண்மை கட்டமைப்பாகும் (content management software) , இது GNU பொது உரிமத்தின் கீழ் விநியோகிக்கப்படுகிறது. தனிப்பட்ட வலைப்பதிவுகள் முதல் கார்ப்பரேட், அரசியல் மற்றும் அரசாங்க தளங்கள் வரை உலகெங்கிலும் உள்ள குறைந்தது 2.3% வலைத்தளங்களுக்கான Dupal ஒரு பின்-இறுதி கட்டமைப்பை வழங்குகிறது.

இதனை https://www.drupal.org/download இணையதளம் மூலம் பெறலாம்.

8. வேர்ட்பிரஸ்(wordpress)

இதுவும் ஒரு இலவச மென்பொருள் ஆகும். பயனர் தமக்கு தேவையான இணைய பயன்களை உருவாக்கி கொள்ளவும், இணையதளங்களை உருவாக்கி கொள்ளவும் , ப்ளாக் (blog) க்களை எழுதவும் இந்த இலவச மென்பொருள் உதவுகின்றன.

மேலும் விவரங்களுக்கு : https://wordpress.org/download/

9. டி-ஸ்பேஸ் (D-space)

டி-ஸ்பேஸ் என்பது திறந்த மின்னணு களஞ்சியங்களை உருவாக்கும் கல்வி, இலாப நோக்கற்ற மற்றும் வணிக நிறுவனங்களுக்கான தேர்வுக்கான மென்பொருளாகும். கையாள மிக எளிதான மென்பொருளை கொண்டுள்ள இவை உரைகள் (text), படங்கள் (images) , நகரும் படங்கள்(gif), எம்பெக் (mpeg)மற்றும் தரவுத் தொகுப்புகள் உள்ளிட்ட அனைத்து வகையான டிஜிட்டல் உள்ளடக்கங்களுக்கும் எளிதான மற்றும் திறந்த மென்பொருள்களை டி-ஸ்பேஸ் பாதுகாக்கிறது மற்றும் செயல்படுத்துகிறது.

மேலும் இதனை நிறுவ : https://duraspace.org/dspace/download/ இணையதளத்தை பார்வையிடவும்.

10.என்பிடெல்(NPTEL)

இந்த இலவச மென்பொருள் மூலம் எல்லாத்துறைகளிலும் உள்ள பாடங்கள் வீடியோ முறையில் பயிற்றுவிக்கப்படுகிறது. இல்லங்களில் உள்ளோர், மாணவர்கள் , ஆசிரியர்கள் அனைவரும் இந்த மென்பொருள் மூலம் அனைத்துவகை பாடங்களையும் கற்கலாம்.சுமார் 10,000க்கும் மேற்பட்ட பாடத்தொகுப்புக்கள் இந்நூலகத்தில் உள்ளன.

இதனை https://swayam.gov.in/nc_details/NPTEL இணையம் சென்று பார்க்கலாம்

12

பிளாக்செயினில் பயன்படும் ஹைபேர்லேட்ஜெர் காம்போசர் தொழில்நுட்பம்

தற்கால காலகட்டத்தில் பணப்பரிவர்த்தனை டிஜிட்டல்மயமாகிவிட்டது. கிரிப்டோகரன்சி ,பிட்காய்ன் போன்ற மின்னணு பணமாற்ற வகை-யில்பாதுகாப்பு பெட்டகமாக ப்ளாக்செயின் தொழில்நுட்பம் வளர்ந்துவிட்டது . தற்பொழுது வணிக நிறுவனங்களில் பணபி பரிவர்த்தனை பாதுகாப்பாக நிகழ்கிறது என்பது கேள்விக்குறிதான்.அத்தகைய இடர்பாடுகளை களைய வந்துள்ள ப்ளாக்செயின் தொழில்நுட்பமான ஹைபேர்-லேட்ஜெர் காம்போசர் (hyper ledger composer) இலவச திறந்த நிலை மென்பொருளாக தரவிறக்கலாம் என்பது மிகப்பெரிய வரப்பிர-சாதம்தான்.

HYPERLEDGER COMPOSER

ஹைபேர்லேட்ஜெர் காம்போசர் தொழில்நுட்பம்

வணிகப்பயன்பாட்டுக்கு உதவும் இத்தொழில்நுட்பத்தை நிறுவ ஜாவா ஸ்கிரிப்ட் மொழி, கோ மொழி (go language) அவசியமாகிறது.

முதலில் https://composer-playground.mybluemix.net/ இணையத்தளம் சென்று தங்களுக்கு தேவையான வணிக பயன்-பாட்டை நிறுவனங்கள் நிறுவலாம்.முதலில் பயனர் தங்கள் நிறுவனத்தை தேர்வு செய்ய Deploy a new business network என்பதனை தேர்வு செய்து தங்களின் புது வணிகத்தின் பெயர்களை நிரப்ப வேண்டும். எடுத்துக்காட்டாக sample-network என்று பெயரிடலாம்.

பின்பு அதன் கீழ் தோன்றும் எம்பிடி நெட்ஒர்க் (empty network) யை தேர்வு செய்து இணையத்தில் வெளியிட (deploy) செய்ய வேண்டும் .இப்பழுது உங்கள் நீங்கள் பெயரிட்ட sample-network இணையத்தில் தோன்றும்.பின்பு அதனை கனெக்ட் செய்ய connect now கொடுக்க வேண்டும்.

பின்பு மேற்புற திரையில் தோன்றும் டிஃபைன் Define மெனு நம் உருவாக்கும் வணிக நிறுவனத்தின் கோப்புகளை (file) திருத்தம் செய்யவும் ,ஏதெனும் பிழை இருப்பின் அதனை தவிர்க்க டெஸ்ட் Test மெனுவும் பயன்படுகிறது.

பின்பு இடதுபுறம் உள்ள மாடல் மெனு,ஜாவா ஸ்கிரிப்ட் மெனு ,மூலம் வணிக நிறுவனம் உருவாக்கப்படுகிறது .

முதலில் மாடல் கோப்பில் உள்ள நிரலை அழித்துவிட்டு (delete) பின்வரும் மின்னணு நிரலானது பயனரின் சொத்து மதிப்பு (asset), பொருள்கள் (commodity) மற்றும் வர்த்தக பயனரின் (trader) கோப்புகளை குறிக்கின்றது.

```
/**
 * My commodity trading network
 */
```

```
namespace org.example.mynetwork
asset Commodity identified by tradingSymbol {
    o String tradingSymbol
    o String description
    o String mainExchange
    o Double quantity
    --> Trader owner
}
participant Trader identified by tradeId {
    o String tradeId
    o String firstName
    o String lastName
}
transaction Trade {
    --> Commodity commodity
    --> Trader newOwner
}
```

பின்பு add a file மெனுவை தேர்வு செய்து பின்வரும் ஜாவா ஸ்கிரிப்ட் கோப்பை நிரலை எழுதி சேர்க்க வேண்டும்(add button)

```
async function tradeCommodity(trade) {
    trade.commodity.owner = trade.newOwner;
    let assetRegistry = await getAssetRegistry('org.example.mynetwork.Commodity');
    await assetRegistry.update(trade.commodity);
}
```

மேற்குறிய நிரலானது புதிய பயனர்(new owner) வர்த்தக்க குறியீடுகளை (trade ,commodity) போன்றவற்றை குறிக்கின்றது.அடுத்து வரும் அக்சஸ் கண்ட்ரோல் (access control) மெனுவை தேர்வு செய்வதன் மூலம் பாதுகாப்பு அம்சங்கள் நிறுவப்பட்டு பின்வருவனாற்றில் கொடுக்கப்பட்ட deploy changes மெனு மூலம் புதுவணிக வர்த்தகம் பிளாக் செயினில் தோற்றுவிக்கப்படுகிறது .

டெஸ்ட் (test) மெனுவை தேர்வு செய்து , வணிக பயனர் (trader) மெனுவை தேர்வு செய்து (create a participants) மூலம் புதிய பயனர்களை பின்வரும் முறையில் சேர்க்கலாம்

```
{
"$class": "org.example.mynetwork.Trader",
"tradeId": "TRADER1",
"firstName": "Tamil ",
"lastName": "Computer "
```

மற்றோரு பயனரையும் இம்முறையில் சேர்க்க

```
{
  "$class": "org.example.mynetwork.Trader",
  "tradeId": "TRADER2",
  "firstName": "Ram ",
  "lastName": "Prakash "
}
```

என் சேர்த்து நிரலை உருவாக்க வேண்டும்.

பின்பு Commodity tab ல் நிகர மதிப்பை (Assets) தேர்வு செய்து Create New Asset கட்டளையை கொடுத்து பின்வரும் நிரலை இணைக்க வேண்டும் .

```
{
  "$class": "org.example.mynetwork.Commodity",
  "tradingSymbol": "ABC",
  "description": "Test commodity",
  "mainExchange": "Euronext",
  "quantity": 72.297,
```

```
    "owner": "resource:org.example.mynetwork.Trader#TRADER1"
}
```

இதிலும் வர்த்தக குறியீடுகள் ,பணமதிப்பு போன்றைவை தோன்றும் .பின்பு கீழுள்ள submit transaction மெனுவை தேர்வு செய்தால் தோன்றும் திரையில் கீழ்கண்ட நிரலை உள்ளீடு செய்து

```
{
    "$class": "org.example.mynetwork.Trade",
    "commodity": "resource:org.example.mynetwork.Commodity#ABC",
    "newOwner": "resource:org.example.mynetwork.Trader#TRADER2"
}
```

சப்மிட் (submit) செய்தால் அனைத்துவகை பரிவர்த்தனைகளை முடியும் என்ற குறியீடு தோன்றி வணிகம் ஒரு வாங்க பயனரிடமிருந்து (trader 1) மற்றோரு வணிக பயனருக்கு (trader 2) மாற்றமடைகிறது .இதன்மூலம் ப்ளாக்செயின் தொழில்நுட்பத்தில் வணிக பரிமாற்றம் பாதுகாப்பாக நடைபெறுகிறது

13

பிளாக்சைன் ஈத்திரியம் தொழில்நுட்பம்

பிளாக்சைன் மூலம் டிஜிட்டல் பணப்பரிவர்த்தனை சுலபமாகிவிட்டது.பிட்காயின் மூலம் பாதுகாப்பான நிதி பரிவர்த்தனை நடைபெறுகிறது.இதன் அடுத்த நிலைதான் ஈத்திரியம் மூலம் செய்யப்படும் இணைய பணப்பரிவர்த்தனை ஆகும்.இதன் மூலம் பயனர் உலகில் எந்த இடத்திலுருந்தும் நிதி சேவைகளையும், மற்ற பணப்பரிவர்த்தனைகளையும் மிகப் பாதுகாப்பாக செய்யலாம்.

ஈத்திரியம் என்பது ஒரு திறந்த நிலை இலவச மென்பொருள் ஆகும். இதன் மூலம்

1. பாதுகாப்பாக இணையம் மூலம் பணம் செலுத்துதல்
2. எவ்வித இணையத் திருட்டுமின்றி பணப்பரிமாற்றம்
3. பயனர் அனைவரும் இதனை எந்த இடத்திலிருந்தும் உபயோக்கிலாம் .இது ஒரு சிறந்த நிதி பரிவர்த்தனை மென்பொருளாக உதவுகின்றது.

ஈத்திரியம் பணப்பரிமாற்றம் ஈதர் (ETH) என்கின்ற கிரிப்டோகரன்சி மூலம் நடைபெறுகின்றது. ஈதர் என்பது டிஜிட்டல் பணம் ஆகும். பிட்காயின் அம்சங்கள் போலவே , ஈதர் கரன்சியும் பல அம்சங்களைக் கொண்டுள்ளது. இதன் மூலம் உலகில் எவருக்கும் உடனடியாக நிதி அனுப்ப முடியும். உலகெங்கிலும் உள்ள மக்கள் பணம் செலுத்துவதற்கும் , மதிப்புகளை சேமித்து வைக்கும் இடமாகவும் இதனை பயன்படுத்துகின்றனர் .

ஈத்திரியம்பயனாக ஈதர் சேமிப்பு (ether wallet) மூலம் உடனடி பணப் பரிமாற்றம் , நிதிப் பரிமாற்றத்தில் ,மற்றும் விளையாட்டு பயன்களில் இதனை அம்சங்கள் பல உள்ளன.

இதனை பல்வேறு இயங்குதளங்களில் நிறுவலாம்.விண்டோஸ் .மேக் மற்றும் உபுண்டு தளங்கள் இதனை ஆதரிக்கின்றன.பிணவரும் நிலைகளில் ஈத்திரியம் உபுண்டு முறையில் நிறுவலாம் .

பின்வரும் கட்டளைகள்மூலம் இதனை நிறுவலாம்

உபுண்டு டெர்மினலில் பின்வருவனற்றை உள்ளீடு செய்யவும்

```
sudo apt-get install software-properties-common
sudo add-apt-repository -y ppa:ethereum/ethereum
sudo apt-get update
sudo apt-get install ethereum.
```

இங்கு ஈத்திரியம் பயன்பாடு நிறுவப்பட்டு பயனர் தமக்குரிய கணக்குகளை (account) தொடங்க பிணவரும் கட்டளையை நிறுவ வேண்டும் .கோ மொழியில் (go language) இதன் நிரல்கள் எழுதப்படுகின்றன.

```
geth account new
```

இதன் மூலம் பயனர் கணக்கு தொடங்கப்பட்டு கடவுள் சொல் (password) கொடுக்க நமது எத்ரேயும் கணக்கு உருவாக்கப்பட்டு geth கட்டளை மூலம் நமது கணக்கு தோற்றுவிக்கப்பட்டு , hash முறையில் நமது பப்ளிக் கீ (public key) உருவாக்கப்படுகின்றது

14
வலைதளப் பாதுகாப்பு

வளர்ந்து வரும் மின்னணு தொழில்நுட்பத்தில் நாம் பயன்படுத்தும் தகவல் (data) முக்கியமானது நமது சுய விவரங்கள personal details அதாவது நமது பெயர், பிறந்த தேதி ,கல்லூரி ,மற்றும் மின்னஞ்சல் முகவரி மற்றும் பலவற்றை ஆன்லைன் வலைத்தளங்களில் பதிவுசெய்யும் போதுதான் சைபர் குற்றங்கள் தொடங்குகின்றன .ஆன்லைனஅடையாளம் online identity மூலம் உங்களைப் பற்றிய குறைந்த அளவு தகவலை மட்டுமே வெளிப்படுத்த வேண்டும்..மிக முக்கியமாக நம் பயனர்சொல் username மற்றும் கடவுச்சொல் password கவனமாக தேர்நதெடுக்க வேண்டும் பயனர்ச்சொல்லில் உங்களுடைய பெயர் மற்றும் சுயவிவரங்களை பயன்படுத்தினால் அதனை இணையதள குறும்பர்கள் (ஒன்லைன் hackers) ட்ராக் செய்து நமது தகவல்களை திருடிவிடுகிறார்கள்..

படம் 1: வலைதளப் பாதுகாப்பு

இதனை தடுக்க நமது கடவுச்சொல்லை கீழ்வரும் வழிகளில் உருவாக்கலாம் .

1. நமது கடவுச்சொல் குறைந்தபட்சம் எட்டு வார்த்தைகளை கொண்டதாக இருக்க வேண்டும்.

   2. கடவுச்சொல் ஆங்கிலச்சொல்லின் பெரிய மற்றும் சிறிய எழுத்துக்கள் (Uppercase மற்றும் lowercase) கொண்டு எழுத வேண்டும்.

3. கண்டிப்பாக ஒரு கணித எண்கள் (one numeric) இருக்க வேண்டும் .

4. சிறப்பு எழுத்துக்கள் (special characters) ஆன #, @, ! ,$, &, *, (,) , ^ போன்றவற்றை பயன்படுத்த வேண்டும் . உதாரணம் : #4ssFrX^ -aartPOkn!

விண்டோஸ் இயக்கமுறைமைகள்(windows operating system) தகவல்கள்பாதுகாப்பு

குறியாக்கம் முறை(Encryption method)

குறியாக்கம் (Encryption) ஒரு தகவலை (plain text)மற்றொரு செயல் வடிவமாக (cipher text) ஆக மாற்றும் . இதை மூன்றாம் நபர் (third party) யாரும் படிக்க முடியாது .இங்கு .நம்பகமான, அங்கீகரிக்கப்பட்ட நபர் மட்டுமே உரிய பயனர் சொல் அல்லது கடவுச்சொல்கொண்டு தகவல்களை படிக்கலாம். குறியாக்கம் ஒரு அங்கீகரிக்கப்படாத நபரை பார்க்க அல்லது அணுகுவதைத் தடுக்கிறது உள்ளடக்கம். மென்பொருள் நிரல்கள் (software programs), கோப்புகள் (files) கோப்புறைகள் (folders) மற்றும் முழு டிரைவ்களையும் (drives) யை மறைக்க பயன்படுத்தப்படுகின்றன.

விண்டோஸ் ஒபெரடிங் சிஸ்டம் முறையில் நமது தகவல்களை தற்காத்து கொள்ள நமது பைலை(file) குறியாக்கம் (encrypt) செய்வதின் மூலம் பாதுகாத்துக்கொள்ளலாம் . அதற்கான வழிமுறைகள்

1. தேர்ந்தெடுக்கப்பட்ட போல்டரில் (folder) மீது ரைட் கிளிக் (Right click) செய்துப்ரொபேர்ட்டிஸ் properties) மெனுவை தேர்ந்தெடுக்க வேண்டும்.

2. பின்பு அடுத்ததிரையில் தோன்றும் advanced மெனுவை தேர்தெடுத்து என்க்ரிப்ட் டேட்டா (encrypt data) வை சரி செய்வதின் மூலம் உங்களுடைய தகவல்கள் மூன்றாம் நபரிடம் இருந்து பாதுகாக்கப்படுகிறது .

Step 1. Select one or more files or folders.
Step 2. Right-click the selected data >Properties.
Step 3. Click Advanced...
Step 4. Select the Encrypt contents to secure data check box.
Step 5. Files and folders that have been encrypted .

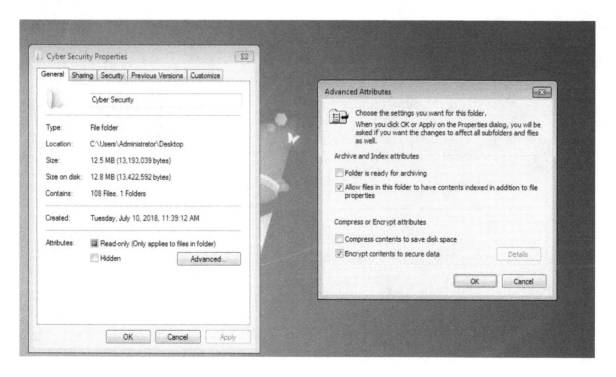

படம் 2: விண்டோஸ் இயக்க முறைமைகள் தகவல்கள் பாதுகாப்பு

இப்பொழுது உங்கள் தகவல்களை என்க்ரிப்ட் செய்யப்படுகிறது .இதன் மூலம் மூன்றாம் நபரிடம் இருந்து உங்கள் பைல் பாதுகாக்கப்படுகிறது . உரிய தகவல்களை அனுப்புபவர் (sender) மற்றும் பெறுபவர் (receiver) மட்டுமே தகவல்களை பார்க்க முடியும்.

வாட்ஸாப்ப்பாதுகாப்பு (Whatsapp Security)

வாட்ஸாப்ப் பாதுகாப்பு இப்பொழுது மேம்படுத்தப்பட்டுள்ளது . end -to-end encyption முறையில் நமது சாட்டிங் (chatting) மற்றும் நாம் பதிவிடும் அனைத்தும் உரிய நபர்களுக்கு மட்டுமே சென்றடையும்.இதன் மூலம் மூன்றாம் நபரிடம் இருந்து தகவல்கள் பாது-காக்கப்படுகின்றன. பாதுகாப்பிற்கு வாட்ஸாப்ப்256-bit AES (Advanced Encryption Standard) உள்ளீடு சாவியை (input key) உபயோகப்படுத்துகிறது

15
ஆன்லைன் அனுபவங்கள்

இன்றைய தகவல் தொழில்நுட்ப உலகில் ஆன்லைன் என்கின்ற வார்த்தையை உச்சரிக்க முடியாதார் யாருமிலர்.இன்றைய சமுதாய சூழலில் மனிதனின் தேவையை பூர்த்தி செய்யக்கூடிய அனைத்துமாய் ஆன்லைன் ஆகிவிட்டது.

வளர்ந்து வரும் இன்றைய தொழில்நுட்பங்களில் செயற்கை நுண்ணறிவு (Artificial Intelligence) மிக முக்கியமானதாகிவிட்டது.இது மனிதனின் வேலை பளுவை பாதியாக குறைத்து விட்டது.நாட்டுக்கும் வீட்டுக்கும் சமுதாயத்திற்கும் தேவையானவற்றை இயந்திர மனிதன் (Robot) செய்துவிடுகிறது.மாற்று தொழில் நுட்பமான இயந்திர கற்றல் மூலம் பல சமூக வலைத்தளங்களை உருவாக்கி நம்முடை கருத்துக்களை பிறை அறியும் வண்ணம் ஆன்லைன் தேவைகள் அதிகரித்துவிட்டன.

இவ்விரண்டு தொழில்நுட்பமும் இணைந்து இன்றைய உலகை ஆட்சி செய்கின்றன.கூகிள் முதல் பேஸ்புக் வரை இன்றைய சமுதாயத்தின் ஓர் அங்கமாய் ஆன்லைன் ஆகிவிட்டது.கூகுளில் ஆரம்பித்த ஆர்குட் முதல் சமூக வலைத்தளம் பிபி முகநூல் மூலம் பகிரப்படும் கருத்துக்கள் மற்றும் ஏனைய தகவல் அனைத்தும் மற்றவர்களுக்கு எளிதாக பகிரப்படுகின்றன.இவரு தவிர வாட்சாப்ப் இன்றைய இளைஞர்களின் நாடித்துடிப்பு எனலாம்.தகவல் முதல் வீடியோ பேச்சுக்கள் வரல் பகிரப்படும் விவரங்கள் அனைத்தும் அடுத்த வினாடியே மற்றவர்களுக்கு சென்றடைகிறது என்றால் தகவல் தொழில் நுட்பத்தின் அடுத்த கட்டத்தில் தானே நாம் இருக்கின்றோம்.

இவை தவிர ட்விட்டர் (twitter) வழியாக தகவல்களையும் ,இன்ஸ்டாகிராம் (instagram) மூலம் புகைப்படங்களையும் ,நம் ஒவ்வொரு சந்தேகங்களின் கேள்விகளுக்கு விடையாய் கோரா (quora), வீடியோக்களின் தொகுப்பாய் யூடூப் (youtube) வேலைகளுக்கு லிங்கிடின்(linkedin) போன்ற சமூக வலைத்தளங்கள் நமக்கு மிகப்பெரிய வரப்பிரசாதம்தான் .

படம் : மின்னணு கருவிகள்

மாணவர்களின் அறிவுத்திறனை மேம்படுத்த பல்வேறுவகையான ஆன்லைன் பாடங்கள் அவர்களின் துறைகளுக்குகேற்ப இலவசமாக அளிக்கின்றன.பயிற்சின் முடிவில் சான்றிதழ்களும் வழங்கப்படுகின்றன.இதை மாணவர்கள் அவர்களின் வேலைவாய்ப்பிற்கு பயன்படுத்திக்கொள்ளலாம் உதாரணமாக உடேமி(udemy), டேட்டா கேம்ப்(datacamp),என்பிடெல் (nptel) போண்டா அமைப்புகள் பல்வேறு படிப்புகளை ஆன்லைனில் அளிக்கின்றன.இவைதவிர மின்னணு புத்தகங்கள் மற்றும் அனைத்து வகையான பாடபுத்தகங்களையும் ஆன்லைனில் பதிவிறக்கம் செய்துகொள்ளலாம்.அயல்நாடு படிப்புகள் கூட ஒன்லைனில் கற்கலாம்.

இதைத்தவிர ஆசிரியர்கள் மாணவர்களின் சிந்தனை திறனை மேம்படுத்தவும்,சோதிக்கவும் பல்வேறு வகையான தகவல் தொழில் நுட்பம் தொடர்பு கருவிகள் (Information communication tools) மூலம் வேலைகள் (assignments)மற்றும் வினாடி வினா ,கணக்கெடுப்பு (survey) போன்றவற்றை அவர்களின் பாடத்திட்டத்திற்கேற்ப ஆன்லைனில் கொடுக்கலாம் .கூகிள் வகுப்பறை (google class) ,edmodo (எட்மடோ) வகுப்பு 123 (class 123) போன்றவை மேலே உள்ள கருவிகளுக்கு உதாரணம்.

மின்னணு வர்த்தகம் மூலம் இல்லங்களில் இருந்து கொண்டே நாம் பொருட்களை வாங்கலாம்.உதரணமாக அமேசான் ,பிளிப்கார்ட் மற்றும் பல்வேறு வகையான பொருள்களை வலைத்தளங்கள் மூலம் பெற்று கொள்ளலாம்.

நாம் உடுத்தும் ஆடைகள் முதல் இருசக்கர வாகனம் வரை ஒன்லைனில் கிடைக்கின்றன.பணப்பரிமாற்றம் எளிதாக நாம் ஒன்லைனில் செய்யலாம்.அது அடுத்த வினாடியே அடுத்தவர்களுக்கு சென்றடைகிறது.அதேபோல் மின்னணு இதழ்களையும் நாம் ஒன்லைனில் படிக்கலாம்.இவ்வாறாக மின்னணு இணையம் நம் ஒவ்வருவரின் வஸ்விலும் ஒவ்வொருவரின் வாழ்விலும் பிணைந்து விட்டதையாராலும் மறக்க முடியாது .

வேலைவாய்ப்பு இணையதளங்கள்

1. www.google.com

2. www.yahoo.com

3. www.indeed.com

4. www.youth4work.com

5. www.freshersworld.com

6. www.naukri.com

7. www.linkedin.com

8. www.careers.tcs.com

9. www.infosys.com/careers

10. https://careers.cognizant.com/global/en

11. www.isro.com/careers

12. https://www.ibps.in/

13. Guru.com

14. Monster.com

15. www.careerbuilder.com

13. www.shine.com

14. www.monsterindia.com

15. www.timesjobs.com

16. www.carerrebuilder.co.in

17. www.tnpsc.gov.in

18. www.scratch.mit.edu

19. www.opensourceforu.com

20. www.electronuicsforu.com